കഥാനവകം

മലയാളത്തിന്റെ
ഇഷ്ട
കഥകൾ

അശോകൻ ചരുവിൽ

കഥാനവകം

മലയാളത്തിന്റെ ഇഷ്ട കഥകൾ

അശോകൻ ചരുവിൽ

ഗ്രീൻ ബുക്സ്

green books private limited
gb building, civil lane road, ayyanthole,
thrissur- 680 003, kerala, ph: +91 487-2381066, 2381039
website: www. greenbooksindia. com
e-mail: info@greenbooksindia. com

malayalam
kathanavakam
malayalathinte ishtakathakal
story
by
ashokan charuvil

first published september 2017
copyright reserved

cover design : rajesh chalode

branches:
thrissur 0487-2422515
palakkad 0491-2546162
kannur 0497-2763038
thiruvananthapuram 8589095301

isbn : 978-93-86440-94-5

---

no part of this publication may be reproduced,
or transmitted in any form or by any means,
without prior written permission of the publisher.

GBPL/959/2017

മുഖക്കുറി

ഗ്രീൻബുക്സ് പ്രസിദ്ധീകരിച്ച മലയാളത്തിന്റെ സുവർണകഥകൾക്ക് വായനക്കാരിൽ വലിയ സ്വാധീന മുണർത്താൻ കഴിഞ്ഞു. കേരളത്തിലെ നവോത്ഥാന കാലഘട്ടത്തിലേയും ആധുനിക കാലഘട്ടത്തിലേയും എഴുത്തുകാരെയാണ് സുവർണകഥകൾ പ്രതിനിധീ കരിക്കുന്നതെങ്കിൽ 'ഇഷ്ടകഥ'കളിൽ അണിനിരക്കു ന്നത് നവോത്ഥാനാന്തര കാലഘട്ടത്തിലെ കഥയെഴുത്തു കാരാണ്. കഥയ്ക്ക് ഒരു സാർവദേശീയ ഭാഷയുണ്ട്. എവിടെയുമുള്ള മനുഷ്യരോടും അത് ദേശാതിരുകൾക്ക പ്പുറത്ത് സംസാരിക്കുന്നു. തന്റെ ചിന്തകളെ കഥാപര മായി രൂപപ്പെടുത്തുക എന്ന അറിവാണ് കഥയെഴു ത്തിന്റെ രസതന്ത്രം. നല്ല കഥയെ കണ്ടെത്താൻ സാമാന്യ ബുദ്ധി മതിയാകും. അതിൽ സ്പഷ്ടമായ വിധം തെളിഞ്ഞ ചിന്തയുമുണ്ടാകും. സുവർണകഥകളും ഇഷ്ടകഥകളും കഥയെഴുത്തിന്റെ ഈടുറ്റ വഴികളെ പ്രഖ്യാപിക്കുകയും ഭാഷയിൽ കഥയുടെ വഴി വെട്ടി ത്തെളിയിക്കുകയും ചെയ്യുന്നു.

കൃഷ്ണദാസ്

മാനേജിങ് എഡിറ്റർ

കഥയും ഞാനും
അശോകൻ ചരുവിൽ

- കഥാരചനയിലേക്ക് വന്ന കാലം:

സ്കൂൾ ക്ലാസുകളിൽ പഠിക്കുമ്പോൾ തന്നെ കഥകളും മറ്റും വായിക്കാറുണ്ടായിരുന്നു. വായനയ്ക്ക് അനുകൂലമായ സാഹചര്യം വീട്ടിൽ ഉണ്ടായിരുന്നു. പക്ഷേ എഴുതണം എന്നു വിചാരിച്ചിരുന്നില്ല. രാഷ്ട്രീയ പ്രവർത്തകൻ ആകണമെന്നായിരുന്നു ആഗ്രഹം. വായനയിൽ നിന്നു കിട്ടിയ ആവേശം കൊണ്ട് പിന്നെ കുറച്ചൊക്കെ എഴുതാൻ തുടങ്ങി. അക്കാലത്തെ ദേശാഭിമാനി സ്റ്റഡി സർക്കിളിന്റെ പ്രവർത്തനങ്ങളിൽ ഏർപ്പെട്ട തോടെ എഴുത്ത് രാഷ്ട്രീയത്തിന്റെ മറ്റൊരു പാതയാണ് എന്ന് ബോധ്യപ്പെട്ടു. 1975ൽ രാജ്യത്ത് അടിയന്തിരാവസ്ഥ പ്രഖ്യാപിക്കപ്പെട്ട് പൊതുജീവിതം ഇല്ലാതായതോടെ എഴുത്തു തന്നെ ശരണം എന്നായി.

- നോവൽ, ചെറുകഥ എന്നീ സാഹിത്യരൂപങ്ങളെക്കുറിച്ച്:

കഥയും നോവലും കൂടുതൽ ജനാധിപത്യപരമായ സാഹിത്യ രൂപങ്ങൾ ആണെന്നാണ് തോന്നിയിട്ടുള്ളത്. പുറത്തിറങ്ങി പൊള്ളുന്ന ജീവിതങ്ങളെ കണ്ടു തുടങ്ങിയപ്പോഴാണ് താൻ കവിതയെഴുത്തു നിർത്തി കഥയിലേക്കും നോവലിലേക്കും കടന്നതെന്ന് കോവിലൻ പറഞ്ഞിട്ടുണ്ടല്ലോ. ഫിക്ഷൻ തികച്ചും സംവാദാത്മകമാണ്. ഒരു കഥാപാത്രമല്ല, നിരവധി കഥാപാത്രങ്ങൾ, പല കാലങ്ങൾ, അങ്ങനെ വ്യത്യസ്തങ്ങളായ നിരവധി ആശയങ്ങളുടെ സംവാദം.

- കഥാ വിമർശനം:

കഥാവിമർശനം ഉണ്ടല്ലോ. സാമൂഹ്യവിമർശനത്തിന്റെ പിൻ വാങ്ങൽ സാഹിത്യ വിമർശനത്തെയും അതുവഴി കഥാ വിമർശനത്തെയും ബാധിച്ചിട്ടുണ്ട്. സോഷ്യൽ മീഡിയ

വന്നതോടെ ശക്തമായ കഥാവിമർശനം അവിടെ നടക്കുന്നുണ്ട്. പ്രിന്റിലെ കഥാവിമർശനം ഇപ്പോൾ പരസ്യമോ പബ്ലിക് റിലേഷൻ പ്രവർത്തനമോ മാത്രമായി ചുരുങ്ങി. എഴുത്തുകാർ വിമർശകരെ അന്വേഷിച്ചു നടക്കുകയാണ്, കുറിപ്പെഴുതിച്ചു കിട്ടാൻ. മാർക്കറ്റിങ്ങ് ആണ്, ചിലർ വിജയിക്കുന്നു, ചിലർ പരാജയപ്പെടുന്നു.

- കഥയുടെ ക്രാഫ്റ്റ്:

  ജീവിതാവിഷ്ക്കാരത്തിന്റെ ക്രാഫ്റ്റ് ആയിട്ടാണ് കഥയെ കാണുന്നത്. ആവിഷ്ക്കരിക്കപ്പെടുന്ന ജീവിതമാണ് ക്രാഫ്റ്റിനെ മാത്രമല്ല, ഭാഷയെപ്പോലും നിർണ്ണയിക്കുന്നത്. അനുഭവത്തെ വ്യത്യസ്തമായും അതുവഴി സമഗ്രമായും കാണാനുള്ള കഴിവാണ് എഴുത്തുകാരന്റെ പ്രധാനമായ കൈമുതൽ. ഈ കാഴ്ചശക്തിയെ രാഷ്ട്രീയം എന്നു വിളിക്കാൻ ഞാൻ ആഗ്രഹിക്കുന്നു.

- എഴുത്തിനെക്കുറിച്ച്:

  ആധുനികർ എന്നവകാശപ്പെട്ട തലമുറയായിരുന്നു തൊട്ടു മുമ്പുണ്ടായിരുന്നത്. അസാമാന്യമായ രചനാതന്ത്രവും സൂക്ഷ്മതയും അവർ പുലർത്തിയിരുന്നു. പക്ഷേ ദളിത്, സ്ത്രീ ജീവിതങ്ങൾക്ക് അവരുടെ ലോകത്ത് പ്രവേശനമുണ്ടായിരുന്നില്ല. അസാമാന്യ പ്രതിഭകളായിരുന്ന വി.കെ.എന്നും ഒ.വി. വിജയനും പോലും സ്ത്രീ ജന്മത്തോട് ഉചിതമായ നിലപാടല്ല പുലർത്തിയത്. സ്ത്രീ, ദളിത് ജീവിതങ്ങൾക്ക് എഴുത്തിൽ മാത്രമല്ല, എഴുത്തുകാർ എന്ന നിലയിലും ആധുനികർക്കിടയിൽ സ്ഥാനമുണ്ടായിരുന്നില്ല. ഞങ്ങൾ പിന്തുടർന്നത് ഈ ആധുനികരെയല്ല. സി.വി.ശ്രീരാമൻ, എം.സുകുമാരൻ തുടങ്ങിയ വരെയാണ്. പക്ഷേ എഴുപതുകളോടെ ആധുനികതാ പ്രസ്ഥാനം തകരുകയും അവരെല്ലാം ജീവിതാവിഷ്ക്കാരങ്ങളിൽ വ്യാപൃതരാവുകയും ചെയ്തു. ആധുനികരുടെ മികച്ച രചന കളെല്ലാം ആധുനികാനന്തര കാലത്താണുണ്ടായത്.

- ഇഷ്ടകഥാകൃത്ത്:

  ഇഷ്ടകഥാകാരിയാണ് മാധവിക്കുട്ടി എന്ന കമല സുരയ്യ. 'ആധുനികത'യുടെ ആശയലോകത്തെ വെല്ലുവിളിച്ചു വേറിട്ടു നിന്നു എന്നത് പ്രധാന കാര്യം. അവരുടെ എല്ലാ കഥകളും ഇഷ്ടമാണ്. 'നെയ്പായസം' എന്നെ വേട്ടയാടുന്നു. അതേ സമയം ഒരു രചന എന്ന നിലയിൽ എന്നെ ഏറ്റവുമേറെ

മോഹിപ്പിച്ചതും അലട്ടിയതും മറ്റൊരു എഴുത്തുകാരന്റെ കഥ യാണ്. മുണ്ടൂർ കൃഷ്ണൻകുട്ടിയുടെ 'മൂന്നാമതൊരാൾ'.

- വർത്തമാനകഥ:

ഇന്ന് കഥ മലയാളത്തിന്റെ ഏറ്റവും ശക്തമായ മാധ്യമമാണ്. വ്യത്യസ്ത ജീവിതങ്ങളുടെ ചലനാത്മകമായ ആവിഷ്കാരത്തി ലൂടെ സമൂഹത്തിന്റെ സൂക്ഷ്മരാഷ്ട്രീയം കണ്ടെത്താൻ പുതിയ കഥയ്ക്കു കഴിയുന്നു. അനുഭവരഹിതവും ഏകപക്ഷീയവുമായ ഒരു ലോകം ചമയ്ക്കാൻ ശ്രമിക്കുന്ന കോർപ്പറേറ്റ് മൂലധന ത്തിനും അവരുടെ ഇന്ത്യയിലെ ഉപകരണമായ രാഷ്ട്രീയ ഹിന്ദുത്വത്തിനും നേരെ വെല്ലുവിളി ഉയർത്താൻ പുതിയ കഥയ്ക്ക് കഴിയുന്നുണ്ട്. ഒപ്പം വലിയ മട്ടിൽ വായനക്കാരെ ആകർഷിക്കാനും സാധിക്കുന്നു.

- എഴുത്തും പ്രസാധനവും:

ഈ വിഷയത്തെക്കുറിച്ച് അത്ര ആലോചിച്ചിട്ടില്ല. മുമ്പെന്നതി നേക്കാൾ കഥാവായനക്കാർ കൂടുതൽ ഉള്ളതുകൊണ്ട് കഥകൾ പ്രസിദ്ധപ്പെടുത്താൻ പ്രസാധകർക്ക് താത്പര്യമുണ്ട് എന്നു തോന്നുന്നു. ഓൺലൈൻ വായന സജീവമായിരിക്കുന്നു. പുതിയ കാലത്തെ പ്രസാധനം എങ്ങനെയായിരിക്കുമോ എന്തോ?

- ഇഷ്ടപ്പെട്ട കഥ:

എന്റെ കഥകളെക്കുറിച്ച് എനിക്ക് വേണ്ടത്ര ഓർമ്മയില്ല. എഴുതിക്കഴിഞ്ഞതോടെ ഞാൻ അവയിൽ നിന്നു മോചനം നേടി. എഴുതാനിരിക്കുന്ന കഥകൾ മാത്രമാണ് എന്റെ മുന്നി ലുള്ളത്. ∎

കഥകൾ

കണ്ണുകൾ അടയുന്നില്ല 13
പലതരം വീടുകൾ 20
രണ്ടു നൂൽപുകാർ 27
ഒരു പത്രവാർത്തയും
പരേതാത്മാവിന്റെ നിവേദനവും 36
മരിച്ചവരുടെ കടൽ 45
രണ്ടു പുസ്തകങ്ങൾ 53
പ്ലാശ്ശേരിയിലെ കടവ് 61
സവാരിവണ്ടി 70
ആത്മകഥയ്ക്ക് ഒരാമുഖം 77

കണ്ണുകൾ അടയുന്നില്ല

തെരുവിലെ സംഘർഷങ്ങൾ മൂർച്ഛിച്ചിരിക്കുന്നു എന്നു തോന്നുന്നു. ഇടയ്ക്കിടെ ബഹളങ്ങൾ, ഒരു ഗർജ്ജനം, ഒരു മരണനിലവിളി, പൊലീസ് ജീപ്പുകളാവണം, മുരണ്ടു പായുന്നു. എനിക്കിതൊന്നും പ്രശ്നമല്ല. പൂമുഖത്തിന്റെ ചില്ലു ജനൽപാളികളിലൊന്ന് ഞാൻ മനഃപൂർവം തുറന്നു വെച്ചിരിക്കുന്നു എന്നതുകൊണ്ട് ശബ്ദങ്ങൾ കടന്നു വരുന്നു എന്നു മാത്രം. വേണ്ടെങ്കിൽ അതടയ്ക്കാം. നാളെ പത്രങ്ങളിലൂടെ വിശദാംശങ്ങളും നടുക്കുന്ന ചിത്രങ്ങളും കാണാം. കഠാരിരാഷ്ട്രീയമാവാം. കഠാരി മതമാവാം.

എന്തുമായ്ക്കോട്ടെ. ഇന്ന് പതിവ് വിട്ട് മനസ്സിന് ഒരു ലാഘവം തോന്നുന്നുണ്ട്. സായാഹ്നത്തിന്റെ സൗന്ദര്യത്തെക്കുറിച്ചെല്ലാം ചിന്തിക്കാൻ തോന്നുന്നു. ടീപ്പോയിലെ പ്ലേറ്റിൽ ആടിന്റെ തലച്ചോറ് കോഴിമുട്ട ചേർത്ത് വറുത്തെടുത്തത് അവൾ കൊണ്ടുവെച്ചതേയുള്ളു. മെല്ലെ മെല്ലെ അതിൽനിന്നും അല്പാല്പമെടുത്ത് ചവച്ച് പത്രത്തിലെ പലസ്തീനും ഏഷ്യാഡും അഥാലിഥളും മറിച്ചുകൊണ്ടിരുന്നു. ഇന്ന് പായ വേണ്ടെന്ന് അവൾ നിശ്ചയിച്ചിരിക്കുന്നു. ശേഷം അല്പം ഗർവോടെ ആ വൈദ്യ വിശാരദ അകത്തു പോകുന്നു.

എപ്പോഴുമെപ്പോഴും വായിക്കുന്നു എന്നതാണ് കുഴപ്പം - അവൾ കണ്ടുപിടിച്ചിരിക്കുന്നു. ഭക്ഷണം കഴിക്കുമ്പോഴും സഞ്ചരിക്കുമ്പോഴും ഉറങ്ങാനായി കിടക്കയിൽ അമരുമ്പോൾപോലും വായിക്കുന്നു. വൈകുന്നേരങ്ങളിൽ ലൈബ്രറിയിൽനിന്ന് ചുമന്നെത്തിക്കുന്ന പുസ്തകങ്ങളോടൊപ്പം നിത്യസഹയാത്രികനായി തലവേദന കൂടെപ്പോരുന്നു. പക്ഷേ, വായിക്കാതിരിക്കുമ്പോൾ ഈ പ്രപഞ്ചം ഇല്ലാതാകുന്നു എന്നതുകൊണ്ട് വായിക്കുന്നു. പ്രഭാതത്തിൽ നഗരവീഥിയിലൂടെ നടക്കുകയാണ്. കോളേജ് ലൈബ്രറിയിൽ തിരിച്ചുകൊടുക്കേണ്ട ഒരുപാട് പുസ്തകങ്ങളുണ്ടാകും. ബസ്സുകൾ മൽസരിച്ചു പായുമ്പോഴും ആക്സിഡന്റ്, സമരജാഥ, ഇവയൊന്നുമറിയാതെ ചിന്തകളിലേക്ക് നടക്കുകയാണ്.

ഞങ്ങൾ ബുദ്ധിയുള്ള ആളുകൾ ചിട്ടയോടെ വായിക്കുന്നുണ്ട്. കാലത്ത് ചായയ്ക്കൊപ്പം പത്രങ്ങൾ. കക്കൂസിലിരുന്ന് ചില കോട്ടയം

വാരികകൾ. ജോലിയൊഴിവുസമയത്ത് നോവലുകൾ. രാത്രി ക്ഷേമേന്ദ്രന്റെ ഔചിത്യ വിചാരചർച്ചയുടെ പേജും മടക്കിവെച്ചാണ് വെളിച്ച മണയ്ക്കുന്നതും ഔചിത്യപൂർവം അവളുടെ ജാക്കറ്റിന്റെ പിന്നിലെ കുടുക്കുകൾ അഴിക്കുന്നതും മൃദുവായി പുണരുന്നതും. ഒരുപക്ഷേ, തളർച്ചയൊതുക്കിയശേഷം, ബെഡ്ഷീറ്റുകൊണ്ട് അവളെ നന്നായി പുതപ്പിച്ച് പുറത്തു തട്ടി ഉറക്കി ടേബിൾ ലാംബ് തെളിയിച്ച് ഔചിത്യങ്ങളിലേക്കും അനൗചിത്യങ്ങളിലേക്കും മടക്കയാത്ര ചെയ്തുവെന്നിരിക്കും.

നാലു മണിയോടെ തിരികെയെത്തുമ്പോഴാണ് തലവേദന. കണ്ണുകളിൽനിന്ന് ചൂടുയരുകയും കനംതൂങ്ങുകയും ചെയ്യുന്നു. പിന്നെ അമൃതാഞ്ജൻ, വിക്സ്. അനിയൻ ഗൾഫിൽ നിന്നെത്തിച്ച ടൈഗർ ബാം. ചൂടോടെ ചായ മോന്തുന്നു. ചാരുകസേരയിലേക്ക് കണ്ണടച്ചു ചായുന്നു. വേദന അവസാനിക്കുന്നത് ഇരുട്ടുവരുന്നതോടെയാണ്. അതൊരുപക്ഷേ, അടുക്കളയിലെ ജോലികൾ തീർത്ത് അവൾ വന്ന് പിന്നിലൂടെ നെറ്റിയിൽ തണുത്ത മൃദുലമായ വിരലുകൾ തടവുമ്പോഴും നെറുകയിൽ അവളുടെ ഒതുങ്ങാത്ത മുലകളമർത്തുമ്പോഴുമാവാം. പഴയൊരു പരീക്ഷാ പനിക്കാലം ഓർമ്മ വരും അപ്പോൾ. അന്ന് വടക്കിനിയുടെ മുകളിലെ ചുറ്റും ഭീമാകാരമായ ജനലുകൾ വെച്ച വലിയ മുറിയിൽ അവൾ വിരുന്നുകാരിയായിരുന്നു. വലിയ പാവാടക്കാരിയും. മുറി വിട്ടിറങ്ങാതെ, ഉറങ്ങാതെ, എഴുതിയും വായിച്ചും പരീക്ഷക്കാരൻ പ്രാകൃതരൂപിയായിത്തീർന്നിരുന്നു. അവൾ തറയിൽ മാസികകൾ മറിച്ചും ഇടയ്ക്കിടെ എന്തെങ്കിലും പറഞ്ഞും ഇരുന്നു. മുലകളെക്കുറിച്ച് ജീവിതത്തിലാദ്യമായി അന്നാണ് ഏറ്റവും ഉൽക്കൃഷ്ടമായ ചിന്ത ഉദയം ചെയ്തത്. അടിയുടുപ്പില്ലായ്കയാൽ അവ യഥേഷ്ടം തുളുമ്പിയിരുന്നു. വായിക്കപ്പെടുന്ന പുസ്തകത്തിലെ അക്ഷരങ്ങൾ മാഞ്ഞുപോയി.

അവളെഴുന്നേറ്റു. മരറാക്കിനടുത്ത് ചെന്ന് പുസ്തകങ്ങൾ തിരഞ്ഞു. പുസ്തകമടച്ചുവെച്ച് ശബ്ദമുണ്ടാക്കാതെ നടന്നുചെന്നു. ഒരു ചുവന്ന കുപ്പിവള പൊട്ടിയതും മരറാക്ക് തട്ടി മറിഞ്ഞുവീണതും തറയിലെമ്പാടും ലെനിനും ബൽസാക്കും മുണ്ടശ്ശേരിയും നിരാലംബരായിക്കിടന്നതുമാണ് ഓർമ്മ വരുന്നത്.

അങ്ങനെയാണ് തലവേദന പറന്നു പോകുന്നത്, രാത്രി വരുന്നത്. എന്നാലും അവൾ ഓർമ്മപ്പെടുത്തുന്നു. ഇയാളെ വെറുതെ വിട്ടുകൂടാ. തലവേദനയെ തുരത്തണം. കഴിഞ്ഞ ദിവസം അവൾ അവതരിപ്പിച്ചത് ഒരു പുതിയ ആശയമാണ്. ആട്, അതായത് നാട്ടിൻപുറത്ത് പ്ലാവിലയും പച്ചപ്പുല്ലും കടിച്ചുതിന്ന് സൗമ്യമുഖവും അപൂർവമായി ഊശാൻ താടിയുമായി നടക്കുന്ന ആ ജന്തുവിന്റെ ബോധാബോധങ്ങളുറങ്ങുന്ന തല വെട്ടിമുറിച്ച് സൂപ്പ് വെച്ച് ഞാൻ കഴിക്കണമെന്ന്.

മിസ്സിസ് ചെറിയാൻ തന്നെയായിരിക്കും ഈ നൂതന വൈദ്യവിജ്ഞാനത്തിനും പിന്നിൽ. വെളുത്തുള്ളിയുടെ രൂക്ഷഗന്ധം പ്രസരിപ്പിക്കുന്ന

അടുക്കളയുടെ അധിപയായ ആ കുട്ടനാടൻ കുലവധു ഞങ്ങളുടെ ഊൺമേശപ്പുറത്ത് ചില ഉടൻ വിപ്ലവങ്ങൾക്ക് പ്രചോദനം തന്നിട്ടുണ്ട്. ഇപ്പുറത്തെ അഡ്വക്കറ്റ് രാമയ്യരോ, ഭാര്യ ലളിതാംബാളോ ഈ കടുംകൈ ഉപദേശിക്കില്ലെന്നു രണ്ടുവട്ടം തീർച്ച. ആടിന്റെ തല. പ്രശ്നകലുഷിതമായ ആ പ്രപഞ്ച സത്യത്തെ തേടി കണ്ടെത്തി, കൊണ്ടുവന്നു എന്നിരിക്കട്ടെ. ഇതെങ്ങനെ, ആരു പാചകം ചെയ്യുന്നു? അത്യന്തം ഗൗരവമായ എന്റെ ചോദ്യത്തെ ലാഘവമായി അവൾ തള്ളിക്കളഞ്ഞു; അതും ആംഗലഭാഷയിൽ. എല്ലാ കാര്യവും അവൾ ആർജിച്ചിരിക്കുന്നു. വേണ്ടിവന്നാൽ അതിനെക്കുറിച്ചൊരു പുസ്തകമെഴുതാം. പ്രസിദ്ധീകരിക്കാൻ തയ്യാറുണ്ടോ?

അങ്ങനെയാണ് തല രംഗത്തെത്തിയത്. നഗരമാകെ സംഘർഷത്തിൽ ഉലയുന്ന രാത്രികളും പകലുകളുമായിരുന്നു. റോഡരുകിൽ നിന്ന് നീക്കം ചെയ്യപ്പെട്ട ഒരു രക്തസാക്ഷി ബാക്കിയവശേഷിപ്പിച്ച ചോര ഞാൻ കാലിന്റെ പെരുവിരൽ കൊണ്ടൊന്നു തൊട്ടു. പൊലീസ് ജീപ്പുകൾ, ആംബുലൻസ് വാനുകൾ, ഇവ പാഞ്ഞു നടക്കുമ്പോൾ, അതിനിടയിൽ പുസ്തകങ്ങളല്ലാതെ സഞ്ചിയിൽ തേക്കിലയിൽ പൊതിഞ്ഞ ഒരു തലയുമായി നടക്കുന്നത് കുറ്റമാവുമോ എന്നൊരു ഭയാശങ്കയും ഉണ്ടായിരുന്നു. "നോക്കണം സാർ, ഇത് ആടിന്റെ തലയാണ്. ഇന്ത്യൻ ശിക്ഷാ നിയമത്തിൽ ഈ തല കൈവശം വയ്ക്കുന്നതും കൊണ്ടു നടക്കുന്നതും കുറ്റമല്ല. ആർട്സ് ആന്റ് സയൻസിലെ മലയാളവിഭാഗത്തിൽ പഠിപ്പിക്കുന്ന..." വേണ്ടിവന്നാൽ ഇംഗ്ലീഷിൽ തന്നെ ഉന്നതനായ പൊലീസ് ആപ്പീസറോട് പറയാൻ ഞാൻ തയ്യാറായിരുന്നു.

തല സസന്തോഷം അവൾ സ്വീകരിച്ചു. ഗൗരവത്തിനിണങ്ങും വിധം ചില ഇംഗ്ലീഷ് ഡയലോഗുകൾ തട്ടിവിട്ട് അവൾ അകത്തേക്കു പോയി. താനതു അനായാസം കൈകാര്യം ചെയ്യുമെന്നു പറയാനും അവൾ മറന്നില്ല. ഞാൻ പത്രങ്ങളിലേക്കും പുസ്തകങ്ങളിലേക്കും തിരിഞ്ഞു. ബെയ്റൂട്ടിനെക്കുറിച്ച് ഒരു ഖണ്ഡിക വായിച്ചു തീർന്നില്ല, അവൾ അടുക്കളയിൽ നിന്ന് വിളിച്ചു:

"ദേ, ഇങ്ങോട്ടൊന്നു വരൂ." ശബ്ദം പതറുന്നുണ്ടായിരുന്നു. കൈ മുറിച്ചോ? പത്രം മടക്കി ഞാൻ ചെന്നു. തലയും വെട്ടുകത്തിയും അവിടെ തികച്ചും വേറെ വേറെയായി അങ്ങനെ സ്ഥിതിചെയ്യുന്നു.

ഞാൻ ചോദിച്ചു: "എന്തുപറ്റി?"

"നത്തിങ്." അവൾ പരുങ്ങി. "എനിക്ക് ഒരു ഭയം. അതിന്റെ ആ കണ്ണുകൾ കാണുമ്പോഴാണ്. തുറന്നിരിക്കുന്നു. ഒരു കുഞ്ഞ് എന്നെ നോക്കുംപോലെ തോന്നി. വിഡ്ഢിത്തമാണ്, എന്നാലും."

അവൾ കിതപ്പ് അമർത്തിക്കൊണ്ടിരുന്നു. ചുമരിലേക്ക് ചാരുകയും പിന്നെ വാതിൽപ്പാളിയിൽ അമർത്തിപ്പിടിച്ച് പുറത്തു പോവുകയും

ചെയ്തു. (കുഞ്ഞ് എന്നതു ലോകത്തിലെ ദുഃഖങ്ങൾ സാന്ദ്രീകരിച്ച ഒരു ശബ്ദമാണെന്ന് വിവാഹം കഴിഞ്ഞ് നാലഞ്ചുവർഷങ്ങൾക്കു ശേഷം, ഒരു രാത്രിയിൽ പുസ്തകമടച്ചുവെച്ച് ഞാൻ ചിന്തിച്ചിരുന്നു) ഞാൻ അവളെ പിന്തുടർന്നു. അവൾ കിടക്കയിൽ കിടക്കുകയാണ്.

വർഷങ്ങളുടെ നീണ്ട ഇടവേളയ്ക്കുശേഷം, ഇന്നു മനഃപൂർവം ഞാൻ ഒരു ജെയിംസ് ഹാർഡ്‌ലി ചെയിസ് നോവൽ വായിച്ചു തീർത്തു. പുസ്തകത്തിൽനിന്ന് ഞാനൊരു കൊലയാളിയായി ഉണർന്നു. അത്യന്തം ഗൗരവത്തിൽ അടുക്കളയിൽ ചെന്നു. വെട്ടുകത്തിയെടുത്തു. തല കൈയിലെടുത്തു. തുറിച്ചുനോക്കുന്ന കുഞ്ഞിക്കണ്ണുകൾ കണ്ടപ്പോൾ വൈരാഗ്യം കൊണ്ട് എനിക്ക് ഭ്രാന്തുപിടിച്ചു. കത്തികൊണ്ട് അതിന്റെ നെറുകയിൽ ആഞ്ഞൊരു വെട്ട് കൊടുത്തു. രണ്ടു കഷണം. പിന്നെയും വെട്ടി. നാലു കഷണം. തോൽ പൊളിച്ചെടുത്തു. പേനക്കത്തികൊണ്ട് കരിക്കു കുത്തും പോലെ കണ്ണ് ചുരന്നെടുത്തു. എല്ലാമെടുത്ത് ഫ്രിഡ്ജിൽവെച്ച് ചോരക്കറ കഴുകി. കൈ തുടച്ചു.

അവളുടെ അടുത്തു ചെന്ന് വിളിച്ചുണർത്തി. കൈ അവൾക്കു നേരെ നീട്ടി ഗൗരവത്തിൽ ഞാൻ പറഞ്ഞു: “കൈ കൊടുക്ക്.” അവൾ വിറച്ചു വിറച്ച് എന്റെ കൈകളിൽ പിടിക്കുകയും പിന്നെ കൈകളിൽ മുഖമമർത്തി തേങ്ങിക്കരയുകയും ചെയ്തു.

തലയ്ക്കുള്ളിലെ അതിമഹത്തായ പദാർത്ഥം തലച്ചോറാണെന്ന് ആർക്കുമറിയാമല്ലോ. മിസിസ് ചെറിയാനും അതറിയാം. അവർ പ്രത്യേകം ഓർമ്മിപ്പിച്ചിരുന്നു. അതു കളയരുത്. കോഴിമുട്ട ചേർത്ത് വറുത്തെടുത്ത് മന്ദംമന്ദം കഴിക്കുക. ബുദ്ധികൂടും. എനിക്കു ബുദ്ധി കുറവാണെന്ന് മിസിസ് ചെറിയാന് അഭിപ്രായമൊന്നുമില്ല. എന്നാലും നെയ്യേറിയതുകൊണ്ട് അപ്പം ചീത്തയാവുന്നില്ലല്ലോ.

തലച്ചോർ നിറച്ച പ്ലേറ്റ് കാലിയാവുകയും ഞാൻ പത്രവായന നിർത്തുകയും ചെയ്ത നേരത്താണ് വാതിലിൽ മുട്ടുകേൾക്കുന്നത്. മുട്ടുന്നയാൾ ഓടിയാണ് വന്നതെന്ന് ഞാനറിഞ്ഞു. ഞാൻ വാതിൽ തുറന്നു.

“എവിടെ? അവനെവിടെ?”

ആഗതൻ തന്റെ കൈയിലിരിക്കുന്ന കഠാരി നിവർത്തിപ്പിടിച്ച് മുറിയിലെമ്പാടും കണ്ണുകൾ പരതി. ഞാൻ ഭയന്ന് ഒരടി പിറകോട്ടു മാറി. പിറകിലെ വാതിൽക്കൽ അവൾ. ആഗതൻ പിന്നെയും ഒച്ചവെച്ചു.

“അവനെവിടെ?”

“ആര്?”

“അവനിങ്ങോട്ടാണ് ഓടിയത്. പുറത്തു വിട്ടേക്കണം കഠാരിയോടു കളി വേണ്ട.”

ഞാൻ അത്യന്തം സൗമ്യനായി അറിയിച്ചു: “ഇവിടെ ആരും വന്നില്ല. ഈ വാതിൽ അഞ്ചു മണിമുതൽ അടഞ്ഞുതന്നെ കിടക്കുകയായിരുന്നു.

ഇനിയും സംശയമെങ്കിൽ നിങ്ങൾക്ക് എല്ലായിടവും പരിശോധിക്കാവുന്നതാണ്."

ആഗതൻ ഒന്നു സംശയിച്ചു നിന്നു. പിന്നെ കഠാരിയുടെ മൂർച്ചയിൽ ഒരു ചോദ്യമെറിഞ്ഞു:

"നിങ്ങൾ അവരുടെ ആളല്ലേ?"

ഞാൻ പിന്നെയും ആർദ്രവാക്കുകളായി.

"ഞാൻ ആരുടേയും ആളല്ല. എനിക്കു കക്ഷികളില്ല. അത്തരം കാര്യങ്ങളെക്കുറിച്ചുള്ള ചിന്ത പോലും എനിക്കില്ല. ഞാനൊരു കോളേജ് അദ്ധ്യാപകൻ മാത്രമാണ്."

ആഗതൻ കൂട്ടാക്കിയില്ല; "നിങ്ങൾ പത്രത്തിലെഴുതിയില്ലേ, ഹ്യൂമനിസത്തെക്കുറിച്ചോ, മറ്റേന്തോ മാങ്ങാത്തൊലിയെക്കുറിച്ചോ?"

"ഉവ്വ്, പക്ഷേ, അത് ആർക്കും എതിരായതല്ല. ആരുടേയും കക്ഷി ചേർന്നുമല്ല. ഞാൻ സ്വതന്ത്രമായി ചിന്തിച്ചു, എഴുതി. അത്രമാത്രം."

ആഗതൻ ഉപദേശിച്ചു: "ഓർമ്മയിരിക്കട്ടെ. ഈ എഴുത്തും മറ്റും അത്ര നല്ലതല്ല. ഈ കാണുന്ന പുസ്തകങ്ങളും അത്ര നന്നായി തോന്നുന്നില്ല. ഇതാ, ഇതുകണ്ടോ? ഓക്കെ."

കഠാരി വെളിച്ചത്തിനു നേരെ ഒന്നു തിളക്കി അയാൾ പിന്തിരിഞ്ഞു പോയി. അത്ര നേരവും ശ്വാസമടക്കി നിന്നിരുന്ന അവൾ പാഞ്ഞു വന്നു.

"എന്താണിത്?"

"ഓ, എന്തോ സംശയം."

"കുഴപ്പമെന്തെങ്കിലുമുണ്ടാവ്വോ?"

അവളെ എന്നിലേക്കു ചാച്ചുപിടിച്ച് ഞാൻ പറഞ്ഞു: "ഒരു കുഴപ്പവുമുണ്ടാവില്ല. നാം ഒരു ചേരിയിലും ഇല്ല. പിന്നെ, പൊലീസ്, കോടതി, നിയമം ഇവയൊന്നും വെറുതെയല്ല."

തുടർന്ന് വായിക്കാനൊന്നും ഒരുമ്പെട്ടില്ല. തൈരു കുഴച്ച് അല്പം ഊണു കഴിക്കുകയും നേരിയ ചൂടുള്ള സൂപ്പു കുടിക്കുകയും ചെയ്തു. വൈകാതെ കിടക്കയിലേക്കു ചാഞ്ഞു. ഭീതി വിട്ടൊഴിയാത്തതുകൊണ്ടാവാം അവൾ വല്ലാതെ ചേർന്നും കൈകൾ കൊണ്ടെന്നെ ചുറ്റിയും കിടന്നു.

ഞാൻ മൗനഗാംഭീര്യം നടിച്ചു കിടന്നു. ഉറക്കം വരുന്ന മട്ടു കണ്ടില്ല. ഇത്തരം സന്ദർഭങ്ങളിൽ വായിക്കാവുന്നതാണ്. പക്ഷേ, ആ ആഗ്രഹം ഒതുക്കി. മുറിയിലാകെ നേരിയ ചൂടു വ്യാപിച്ചു. അവളുടെ തുടയിൽ മെല്ലെ മെല്ലെ തട്ടിക്കൊണ്ടിരുന്നു. പഴയൊരു നവംബറിലെ ഞായറാഴ്ചയിൽ മഞ്ഞൊഴിയുകയും വെയിൽ പരക്കുകയും ചെയ്തുകൊണ്ടിരുന്ന ഒരു പ്രഭാതത്തിൽ ഇളം പച്ചയണിഞ്ഞ വഴിയിലൂടെ ഞങ്ങൾ നടക്കുകയായിരുന്നു. അവൾ പാവാട മണ്ണിലിഴയാതിരിക്കാൻ

ഒതുക്കിപ്പിടിച്ചിരുന്നു. സൗകര്യപൂർവ്വം അവളെ ഒറ്റയ്ക്കു കിട്ടിയതാണ്. നാളെ ഹോസ്റ്റലിലേക്കു മടങ്ങേണ്ടതുമാണ്. ഒറ്റയടി വരമ്പിലൂടെ ചുമലുകൾ ചേർത്തും, കൈകൾ കോർത്തും നടക്കുമ്പോൾ സെന്റ് സേവിയേഴ്സിലെ പള്ളിമണികൾ ഒച്ചവെച്ചു. അവൾ എണ്ണി- ഒന്ന്, രണ്ട്...

കോളിങ് ബെല്ലിന്റെ സംഗീതസാന്ദ്രമായ സ്വരമായിരുന്നു. ഞാൻ പിടഞ്ഞെഴുന്നേറ്റു. അവളെ ഉണർത്താതിരിക്കാൻ ശ്രദ്ധവെച്ച് മെല്ലെ നടന്ന് പൂമുഖത്തിന്റെ വാതിൽ തുറന്നു.

മുറ്റത്ത് പ്രകാശം, ആൾക്കൂട്ടം.

വന്യവും ഭീകരവുമായ ഒരു കൂട്ടച്ചിരിയാണ് ആദ്യമുണ്ടായത്. അവർ എട്ടോ പത്തോ പേരുണ്ടായിരുന്നു. സംഘത്തിലെ തലവൻ ആളുന്ന പന്തം എന്റെ മുന്നിൽ പിടിച്ചു. കുനിഞ്ഞ് തല താഴ്ത്തി നിൽക്കാൻ എന്നോടാവശ്യപ്പെട്ടു. ഒരല്പംപോലും ഞാൻ പ്രതിഷേധിച്ചില്ല. ബഹളങ്ങൾ മൂലം അവൾ ഉണരരുതെന്നു മാത്രം കരുതി. നിശ്ശബ്ദം നിർവികാരം ഞാൻ ആവുംവിധം തലതാഴ്ത്തിപ്പിടിച്ചു. തത്സമയം സംഘാംഗങ്ങൾ മുറ്റത്ത് നൃത്തം ചെയ്യുകയായിരുന്നു. ചില മന്ത്രങ്ങൾ സംഘത്തലവൻ ഉച്ചരിച്ചു. ഏറ്റുപറയാൻ എന്നോടാവശ്യപ്പെട്ടു. അനന്തരം തിളങ്ങുന്ന വാളുയർത്തി എന്റെ കഴുത്തിൽ വെട്ടി.

പുഴമണൽ വിതറിയ മുറ്റത്തേക്ക് ഒരു കുടം ചോരയും എന്റെ തലയും തെറിച്ചുവീണു. തലയറ്റ പാവംപിടിച്ച ശരീരം നിന്നനിലയിൽ മറിഞ്ഞു വീഴുകയാണ് ചെയ്തത്.

അങ്ങനെ ഞാനൊരു തലയായി. തല മാത്രമായി. ബോധാബോധങ്ങൾ മാത്രമായി. സഞ്ചയിക്കപ്പെട്ട ജ്ഞാനം മാത്രമായി. തലയറ്റ, തികച്ചും അനാഥമായ ശരീരത്തെയോർത്ത് ഞാൻ - എന്റെ തല - വേവലാതിപ്പെട്ടു. വായനയില്ലാത്ത, ചിന്തയില്ലാത്ത, ആത്മീയ പ്രപഞ്ചമില്ലാത്ത ഒരു ജീവിതമാണ് ഇനി അതിനുള്ളത്.

ഇതിനകം സംഘത്തിന്റെ നൃത്തം ദ്രുതഗതി പ്രാപിച്ചിരുന്നു. തലവൻ എന്റെ തല കൈയിലെടുത്തു. ഒരു കൈകൊണ്ട് ചുറ്റി തല നെഞ്ചോടു ചേർത്താണ് അയാൾ നൃത്തം ചെയ്തത്.

തെരുവിലൂടെ ആർപ്പുവിളികളും ഗാനാലാപവുമായി സംഘം നീങ്ങി, റോഡരികിലെ ഒരു മാടക്കടയ്ക്ക് അവർ തീ കൊടുത്തു. എനിക്കറിയാം, അതൊരു പാവംപിടിച്ച ചെട്ടിയാരുടേതാണെന്ന്. ഞാൻ അയാളുടെ പക്കൽനിന്നും സിഗററ്റ് വാങ്ങാറുണ്ട്. സിഗററ്റിന് അയാൾതന്നെ തീ കൊളുത്തും. അന്നത്തെ പത്രത്തിലെ പ്രധാന വാർത്തയെക്കുറിച്ച് ഒരു സംശയവും, ശേഷം ഒരു ചെറു ചിരിയോടെ നിഷ്പക്ഷമായ, നർമം പുരണ്ട ഒരു കമന്റും അയാൾ പുറപ്പെടുവിക്കും.

സംഘം എന്നെയുംകൊണ്ട് ജൈത്രയാത്ര തുടർന്നു. പൂർണിമാ രാത്രിയായിരുന്നു അത്. ഇലകൾ കാറ്റിൽ അനങ്ങുകയും നിലാവിൽ

തിളങ്ങുകയും ചെയ്തു. റോഡുവക്കിൽ പറയക്കുടിലുകളുടെ നീണ്ട നിര കാണപ്പെട്ടു. മൂന്നാം യാമത്തിന്റെ മൂകത സംഘത്തിന്റെ ആരവത്താൽ, അഗ്നിയാൽ കീറിമുറിക്കപ്പെട്ടു. ഒരു കുടിൽ പൊളിച്ച് സംഘം അകത്ത് കടന്നു.

അമ്മയും അച്ഛനും പന്ത്രണ്ടോ പതിന്നാലോ വയസ്സുചെന്ന ഒരു പെൺകുട്ടിയും ഞെട്ടിയെഴുന്നേറ്റ് അമ്പരന്നു നിന്നു. അച്ഛനും അമ്മയും പുറത്തേക്കെറിയപ്പെട്ടു. കുഞ്ഞുപാവാടക്കാരി ഭയചകിതമായ മാൻമിഴികളോടെ മിണ്ടാനാവാതെ പതുങ്ങിനിന്നു.

സംഘത്തലവൻ എന്നെ കുടിലിന്റെ മൂലയിലുള്ള വീഞ്ഞപ്പെട്ടിമേൽ ഒരു ഗുണകോഷ്ഠത്തിനും ഒരു പഴയ പഞ്ചാംഗത്തിനുമിടയിൽ പ്രതിഷ്ഠിച്ചു. അയാൾ പെൺകുട്ടിയെ അനായാസം കൈയിലെടുത്തു. അവളുടെ ആക്രന്ദനം എന്റെ മരിച്ച കാതുകളെ ഉണർത്തി. അയാൾ അവളുടെ മുറിപ്പാവാടയഴിച്ച് ദൂരെയെറിഞ്ഞു. കണ്ണുകളടയ്ക്കാൻ ഞാൻ നന്നേ ശ്രമിച്ചു. കണ്ണുകളടയുന്നില്ല. കണ്ണുതുറന്നു തന്നെയിരുന്നു. കൂട്ടിൽപ്പെട്ട ഒരു നനഞ്ഞ ചുണ്ടെലിയെപ്പോലെ പൂർണമായും നഗ്നയാക്കപ്പെട്ട പെൺകുട്ടി കുടിലിനകത്തെമ്പാടും ഓടിക്കൊണ്ടിരുന്നു. സംഘാംഗങ്ങൾ അവളെ അങ്ങോട്ടുമിങ്ങോട്ടും ഓടിച്ച് ആർത്തു ചിരിച്ചു.

അനീതി, അക്രമം, ധാർമികാധഃപതനം, മൂല്യശോഷണം, ഹിംസ, പാപം, എന്റെ കണ്ണുകളടഞ്ഞില്ല. പെൺകുട്ടിയുടെ ആക്രന്ദനം വിതുമ്പലായി നേർത്തു. ഞാൻ നിസ്സഹായനാകുന്നു. നിരാലംബനാകുന്നു. എനിക്കു കൈകളില്ല, എനിക്ക് കാലുകളില്ല ഞാൻ പാവംപിടിച്ച ഒരു തല മാത്രമാകുന്നു. ബോധാബോധങ്ങൾ മാത്രമാകുന്നു. ചിന്ത മാത്രമാകുന്നു. അമർഷം മാത്രമാകുന്നു. എനിക്ക് മറ്റെന്തു കഴിയും?

പെൺകുട്ടിയുടെ സ്വരം നിലച്ചു.

■

പലതരം വീടുകൾ

അന്ന് പ്രഭാതത്തിൽ ഫാദർ ജെ. ചാഴൂർ ഞങ്ങളുടെ വീട്ടിൽ വന്നു. അദ്ദേഹം ഞങ്ങളുടെ ഇടവക വികാരിയാണ്. തന്റെ തൂവെള്ള ളോഹ ശ്രദ്ധാപൂർവ്വം ഒതുക്കിപ്പിടിച്ച് അദ്ദേഹം സിറ്റൗട്ടിലെ കസേരയിൽ ഇരുന്നു. എന്നെ നോക്കി പതുക്കെ പുഞ്ചിരിച്ചു.

ഞാൻ ഇരുന്നില്ല, കൈവരിയിൽ ചാരിനിന്നതേയുള്ളൂ. എന്റെ പ്രഭാത കൃത്യങ്ങളൊന്നും കഴിഞ്ഞിരുന്നില്ല. ഞാനുണർന്നതേയുള്ളൂ. പത്രം നോക്കാൻ തുടങ്ങുകയായിരുന്നു. ഫാദർ വന്ന വിവരമറിഞ്ഞ് മരിയ അടുക്കളയിൽ നിന്നും ഉത്സാഹത്തോടെ എത്തി. ടവൽകൊണ്ട് കൈ തുടച്ച് അവൾ വാതിൽപ്പടിയിൽനിന്നു. മക്കൾ രണ്ടും പുറത്തെവിടെയോ ആണ്.

ഫാദർ മരിയയെ നോക്കി വീണ്ടും പുഞ്ചിരിച്ചു. അദ്ദേഹം ചോദിച്ചു.

"കാലത്തുള്ള എന്റെ വരവ് ബുദ്ധിമുട്ടായോ?"

"ഇല്ലച്ചോ, അച്ചൻ വരുന്നത് ഞങ്ങൾക്ക് അനുഗ്രഹമല്ലേ?"

മരിയ പറഞ്ഞു.

പുതിയ വീട്ടിലെ ഞങ്ങളുടെ ആദ്യപ്രഭാതമാണ്. ഇന്നലെ ഫാദർ ചാഴൂരാണ് വീട് വെഞ്ചരിച്ചത്. അദ്ദേഹത്തെ ഞാനാദ്യം കണ്ടതും ഇന്നലെയാണ്. അദ്ദേഹത്തിന്റെ സൗമ്യമായ പെരുമാറ്റവും സ്നേഹ ത്തോടെയുള്ള വാക്കുകളും ഞങ്ങൾക്ക് ഇഷ്ടപ്പെട്ടു. ഇന്നലെ ഞങ്ങൾ അദ്ദേഹത്തോടു പറഞ്ഞിരുന്നു. അച്ചൻ ഇടയ്ക്കൊക്കെ ഇങ്ങോട്ടു കയറണം.

മരിയ ഫാദറോടു സംസാരിക്കുകയാണ്.

"ഇതിയാൻ ഇപ്പോൾ എഴുന്നേറ്റതേയുള്ളൂ. കുളിച്ചില്ല, പല്ലുപോലും തേച്ചിട്ടില്ല."

"അയ്യോ ഞാനറിഞ്ഞില്ല. മിസ്റ്റർ തോമസ്, കാലത്തെ പരിപാടി കളൊക്കെ കഴിച്ചുവരൂ. എനിക്കൊട്ടും തിരക്കില്ല."

ഫാദർ പറഞ്ഞു.

ഞാൻ അകത്തേക്കു കടന്നു. ടൂത്ത്ബ്രഷ് കൈയിലെടുത്തു. ഇപ്പോൾ സമയം ഒൻപതായിട്ടുണ്ട്. ഇന്ന് ഉണരാൻ വളരെ വൈകി. ഉണർന്നിട്ടും വെറുതെ കിടന്നു. കിടക്ക വിടാൻ ഒരു മടി.

സുഖപ്രദമായ ഒരു തളർച്ച എന്നെ ബാധിച്ചിരുന്നു. രണ്ടു വർഷത്തെ തിരക്കുകളുടെയും ബഹളത്തിന്റെയും കലാശക്കൊട്ട് ഇന്നലെയായിരുന്നു. ഹൗസ് വാമിംഗ്. ഭവനഭേദനം എന്നാണ് ഞങ്ങൾ തമാശയായി പറഞ്ഞിരുന്നത്.

എന്റെയും മരിയയുടെയും ആഫീസുകളിലെ സഹപ്രവർത്തകരെ വിളിച്ചിരുന്നു. ഇറച്ചിയും മീനുമൊക്കെ അവർക്കു സൽക്കരിച്ചു. മരിയയുടെ സഹോദരൻ ജോർജുകുട്ടി എവിടെന്നോ ഒരു കുപ്പി വോഡ്ക സംഘടിപ്പിച്ചിരുന്നു. എല്ലാവരും ചേർന്നു നിർബന്ധിച്ചപ്പോൾ ഞാനും രണ്ടു പെഗ്ഗു കഴിച്ചു.

മരിയ എതിർത്തില്ല. അവൾ വിചാരിച്ചുകാണും: പാവം കഴിച്ചോട്ടെ. ഒരു മഹത്തായ സ്വപ്നത്തിന്റെ സാക്ഷാത്ക്കാരമല്ലേ.

അങ്ങനെ വന്നു കിടക്കയിൽ വീണതാണ്. പിന്നീട് ഒരുറക്കം കഴിഞ്ഞ് പാതിരാനേരത്ത് എഴുന്നേറ്റു. ടംബ്ലറിൽ കരുതി വെച്ചിരുന്ന വെള്ളം കുടുകുടാ കുടിച്ചു.

മരിയ അപ്പോൾ ചിരിക്കുകയായിരുന്നു. അവൾ പറഞ്ഞാണ് സായാഹ്നത്തിലെ ബാക്കി വിശേഷങ്ങൾ ഞാൻ അറിഞ്ഞത്. രണ്ടു പെഗ്ഗിനുപുറത്ത് ഞാൻ അപാരഫോമിലായിപ്പോയത്രെ. അതിഥികളോട് പ്രസംഗിച്ചു. അതും ഇംഗ്ലീഷിൽ. തുടർന്നു പാട്ടുപാടി ഡാൻസു ചെയ്തു.

ഞാൻ അവളോട് പറഞ്ഞു. "ഇതിലെത്രമാത്രം സത്യമുണ്ടെന്ന് ദൈവത്തിനറിയാം."

തെളിവുണ്ടെന്നായി അവൾ. ദൈവം മാത്രമല്ല, വേറെയും പത്തിരുപത് അതിഥികൾ കണ്ടതാണ്. കൂടാതെ ജോർജുകുട്ടി എല്ലാത്തിന്റെയും പടമെടുത്തിട്ടുണ്ട്. ആൽബം വരുമ്പോൾ കാണാമല്ലോ.

അതിഥികളെല്ലാവരും രാത്രിയിൽതന്നെ പിരിഞ്ഞുപോയി. അവർ പറഞ്ഞുവത്രെ. ഇതൊരുവക ആദ്യരാത്രിയാണ്. അതുകൊണ്ട് ഞങ്ങൾ പോകുന്നു. നിങ്ങളായി നിങ്ങളുടെ പാടായി.

"എന്നാലും ഡാൻസ് കേമായിരുന്നൂട്ടോ."

മരിയ വീണ്ടും തോണ്ടി.

ഞാൻ അവളുടെ ചെവിപിടിച്ച് വേദനിക്കും വിധം തിരുമ്മി. "കള്ളം പറയരുത്."

ചെവി രക്ഷപ്പെടുത്തിക്കൊണ്ട് അവൾ പറഞ്ഞു.

"വാ, പിള്ളേരെങ്ങനാ കെടപ്പെന്നു നോക്കാം."

തൊട്ടടുത്ത മുറിയിലാണ് കുട്ടികൾ ഉറങ്ങുന്നത്. ആദ്യമായിട്ടാണ് അവർ തനിച്ചു കിടക്കുന്നത്. തനിച്ചുകിടക്കണം എന്നത് അവരുടെ വാശിയാണ്. രണ്ടുപേർക്കും രണ്ടു മുറി വേണം എന്നതായിരുന്നു ഡിമാന്റ്. ചെറിയൊരു സമരത്തിനുശേഷം രണ്ടുപേർക്കുമായി ഒരു മുറി അനുവദിക്കപ്പെട്ടു.

മൂത്തവൻ നെൽസൺ നാലാംക്ലാസിലാണ്. രണ്ടാമൻ ടുടു ഒന്നിലും. ടുടുവിനെ തന്റെയൊപ്പം കിടത്തണമെന്ന് മരിയ ആശിച്ചു. പക്ഷേ, അവനായിരുന്നു കൂടുതൽ പിടിവാശി. മരിയ അവനോട് ചോദിച്ചു:

"നിനക്ക് പേടിയാവൂല്ലേ കുട്ടാ?"

"എങ്ങന്യാ പേട്യാവാ, ഞാനാണല്ലേ?"

അവൻ തിരിച്ചുചോദിച്ചു.

രണ്ടുപേരും കട്ടിലിന്റെ രണ്ടുഭാഗങ്ങളിലായി ഉരുണ്ടുചെന്ന് കിടക്കുകയാണ്. മരിയ അവരെ ഉണർത്താതെ നേരെ കിടത്തി. പുതപ്പു വലിച്ചു ശരിയാക്കി രണ്ടുപേർക്കും ഓരോ ഉമ്മകൊടുത്തു. അവരുടെ മുടി തലോടിക്കൊണ്ട് അവളവിടെ ഇരുന്നു.

അല്പം കഴിഞ്ഞ് ഞങ്ങൾ മുറിയിലേക്ക് തിരിച്ചുവന്നു. കിടന്നെങ്കിലും എനിക്ക് പിന്നെ ഉറക്കം വന്നില്ല. എന്റെ നെഞ്ചിൽ മുഖമമർത്തിക്കൊണ്ട് മരിയ കിടന്നു. അവളും ഉറങ്ങിയില്ല.

സിമന്റിന്റെയും പെയിന്റിന്റെയും നേർത്ത ഗന്ധം മുറിയിൽ തങ്ങിനില്പുണ്ട്. പെയിന്റിംഗ് കഴിഞ്ഞത് മിനിയാന്നാണ്. അതിനുമാത്രം പതിനായിരം രൂപയോളമായി. അതോടെ മരിയയുടെ താലിമാലയും ബാങ്കിലായി. അവളുടെ കഴുത്ത് നഗ്നമാണ്.

മരിയ ക്ഷീണിച്ചിരിക്കുന്നു. പിൻകഴുത്തിന് താഴെ എല്ലുകൾ തെളിഞ്ഞു കാണാം. രണ്ടുവർഷത്തെ തിരക്കുകളും അലച്ചിലുകളും അവളെയും ബാധിച്ചിട്ടുണ്ട്. കുളിക്കാനും ഭക്ഷണം കഴിക്കാനും മറന്നുപോയ ദിവസങ്ങളുണ്ട്. എന്തു ത്യാഗം സഹിച്ചിട്ടായാലും എങ്ങനെയെങ്കിലും വീടുപണി തീർക്കണമെന്ന് മരിയയ്ക്ക് വാശിയായിരുന്നു.

അവൾ പറയും: "രണ്ടാൺപിള്ളേരാ നമുക്ക്. നമ്മള് ജീവിച്ചപോലെ അവര് കഷ്ടപ്പെടരുത്."

ഒരു ഇൻഷുറൻസ് സ്കീമിന്റെ ബലത്തിലാണ് ഞങ്ങൾ വീടുപണി ആരംഭിച്ചത്. സ്കീമിൽ ചേർന്നതുമുതൽ നിശ്ചിതമായ ഒരു തുക പ്രതിമാസം അടയ്ക്കാൻ തുടങ്ങി. അടയ്ക്കുന്ന തുകയുടെ നാലുമടങ്ങുവരെ ലോൺ കിട്ടും. വീടിന്റെ വിശദമായ പ്ലാൻ, എസ്റ്റിമേറ്റ്, നഗരസഭക്കാരുടെ സർട്ടിഫിക്കറ്റ് എല്ലാം വാങ്ങി സമർപ്പിച്ചു.

തുടക്കത്തിൽ ആകെ അങ്കലാപ്പായിരുന്നു. അറുപതിനായിരം രൂപയാണ് രണ്ടുഘട്ടങ്ങളിലായി കിട്ടുക. സിമന്റിനും കമ്പിക്കും വില നിത്യേന

കൂടുകയാണ്. രണ്ടുപേരുടെയും പി. എഫിൽ നിന്ന് ലോണെടുത്ത് തറ പണിതു. തറ കുറെക്കാലം അങ്ങനെ കിടന്നു. എത്രകാലം അങ്ങനെ കിടക്കുന്നുവോ അത്രയും ഉറപ്പ് കൂടുമെന്ന് ഞങ്ങൾ പരസ്പരം തമാശ പറഞ്ഞു.

പട്ടണത്തിൽ ഒരിടത്ത് ഒരു ലൈൻ മുറിയിലാണ് ഞങ്ങൾ പാർത്തിരുന്നത്. ഒരു കട്ടിലിട്ടാൽ പിന്നെ മുറിയിൽ ഒട്ടും സ്ഥലം ബാക്കിയുണ്ടാവില്ല. അതിനോടു ചേർന്നുള്ള ഒരു കൊച്ചുമുറി അടുക്കളയായും കുളി മുറിയായും മരിയ മാറിമാറി ഉപയോഗിച്ചു. ദൈവാനുഗ്രഹം പോലെ വല്ലപ്പോഴും വെള്ളം വരുന്ന ഒരു പൊതുടാപ്പായിരുന്നു ആറു വീട്ടുകാർക്ക് ആശ്രയം.

രാത്രി കിടക്കുമ്പോൾ മോന്തായത്തിൽനിന്ന് മണ്ണുകൊഴിയും. ഒരു പ്രഭാതത്തിൽ നാം മണ്ണിൽ മൂടപ്പെട്ടുപോകുമോ എന്ന് ഞാൻ മരിയയോട് പറഞ്ഞു. അങ്ങനെ വരില്ല. കർത്താവ് നമ്മെ രക്ഷിക്കും.

കർത്താവിന് വേറെ സ്ഥലമുണ്ടായിരുന്നില്ല. അദ്ദേഹം ഞങ്ങളുടെ ആ കൊച്ചു മുറിയിൽതന്നെയായിരുന്നു. ചെറിയ ഒരു രൂപക്കൂട്ടിൽ കെടാവിളക്കിന്റെ പ്രകാശത്തിൽ ഞങ്ങളുടെ എല്ലാ പുണ്യപാപങ്ങൾക്കും സാക്ഷിയായി അദ്ദേഹം നിസ്സഹായതയോടെ നിന്നു.

വാടകമുറിയിലെ ഞങ്ങളുടെ പ്രധാന ദിനചര്യ പുതിയ വീടിന്റെ പ്ലാൻ ചർച്ച ചെയ്യലായിരുന്നു. മരിയയും മക്കളും ഗൗരവമുള്ള പല നിർദ്ദേശങ്ങളും സംഭാവന ചെയ്തു. മുറികൾക്കു നല്ല വലുപ്പം വേണം. കുളി മുറിയിൽ ഷവർ വേണം. സ്വീകരണമുറിയിൽ മാർപാപ്പയുടെ പടമുള്ള ടൈൽസ് പതിക്കണം.

ചർച്ചകൾ നീണ്ടുപോയി. അത് പരിഹാസ്യമായ ഒരു പതനത്തിലേക്കു കടന്നതാണ്. അതിനുമുൻപ് ലോൺ പാസ്സായി. മരിയയുടെ സ്വർണ്ണാഭരണങ്ങൾ പണയം വെച്ചു. നാലു ചിട്ടികൾ ചേർന്നു വിളിച്ചെടുത്തു. പണി തുടങ്ങി.

എങ്ങനെയോ അത് പൂർത്തിയായി. ഇന്നലെ രാവിൽ ഉറങ്ങാതെ കിടക്കുമ്പോൾ എന്റെ നെഞ്ച് നനയുന്നതായി എനിക്കു തോന്നി. മരിയയുടെ കണ്ണുകൾ ഒഴുകുകയാണ്.

"എന്തേ?"

ഞാൻ ചോദിച്ചു.

"ഒന്നുല്ല്യാ, വെറുതെ."

അവൾ പറഞ്ഞു. അവൾ തുടർന്നു പറഞ്ഞു:

"ഒക്കെ ഒരു സ്വപ്നം പോലെ തോന്നുന്നു."

ഞാൻ പറഞ്ഞു:

"ഇനിയത്തെ കാര്യമാണ്. രണ്ടുമാസം കഴിഞ്ഞാൽ ലോണിലേക്ക് പണമടയ്ക്കണം. പി. എഫിലടയ്ക്കണം. കുറികൾ ഇപ്പോഴെ കുറെ മുടക്കമാണ്."

അവൾ ആശ്വസിപ്പിച്ചു.

"ഒക്കേനും ഒരു വഴീണ്ടാവും."

"കർത്താവു വഴി കാട്ടും. അല്ലേ?"

ഞാൻ ചോദിച്ചു.

"ഓ, കളിയാക്കണ്ട"

അവൾ പിണങ്ങി മാറിക്കിടന്നു.

പിന്നീടെപ്പോഴോ ഞങ്ങളുറങ്ങിയിരിക്കും. ജനൽ ചില്ലുകളിലൂടെ തീവ്രമായ വെളിച്ചം അരിച്ചുവന്നപ്പോഴാണ് ഞാനെഴുന്നേറ്റത്. അപ്പോഴേക്കും മരിയയുടെ അടുക്കള ബഹളമയമായിക്കഴിഞ്ഞിരുന്നു. മക്കൾ രണ്ടുപേരും മുറ്റത്ത് കളിക്കുകയാണ്.

കുളികഴിഞ്ഞ് ഞാൻ ചെന്നപ്പോൾ ഫാദർ പ്രാതൽ കഴിക്കുകയായിരുന്നു. അദ്ദേഹം പറഞ്ഞു:

"ഞാൻ നേരത്തെ തുടങ്ങി. മിസ്റ്റർ തോമസ്സ്."

ദോശയായിരുന്നു. പച്ചമുളക് ചേർത്ത ചട്ട്ണിയും ഉള്ളി ചമ്മന്തിയും. ഫാദർ മരിയയുടെ പാചകത്തെ പ്രശംസിച്ചു.

ഞങ്ങളുടെ വീട് ഫാദറിന് നന്നായി ഇഷ്ടപ്പെട്ടു. ചെറുതാണെങ്കിലും സൗകര്യങ്ങളെല്ലാമുണ്ട്. ഒട്ടും ബഹളമില്ലാത്ത ചുറ്റുപാടുകൾ. സമാധാനത്തോടെ തല ചായ്ക്കാനൊരിടമായി.

മരിയ പറഞ്ഞു:

"ഞങ്ങളുടെ ഇതുവരെയുള്ളതും ഇനിയുള്ളതുമായ സമ്പാദ്യമാണച്ചോ ഇത്."

"ഇപ്പോൾ വീടായി. രണ്ടാൺകുഞ്ഞുങ്ങളാണ്. ഉപജീവനത്തിന് മാർഗ്ഗവുമുണ്ട്. ഇനി ഇടയ്ക്കൊക്കെ ആത്മാവിനെക്കുറിച്ചോർമ്മിക്കാം. അപ്പം കൊണ്ടുമാത്രമല്ല മനുഷ്യൻ ജീവിക്കുന്നത്."

ഫാദർ പറഞ്ഞു. മരിയ അദ്ദേഹത്തിന്റെ പ്ലെയിറ്റിലേക്ക് ഒരു ദോശ കൂടി വെച്ചുകൊടുത്തു.

ഫാദർ പള്ളി സംബന്ധമായ കാര്യങ്ങൾ പറയാൻ തുടങ്ങി. അദ്ദേഹം ഈ ഇടവകയിലെത്തിയിട്ട് മൂന്നു കൊല്ലം കഴിഞ്ഞു. ഉദ്യോഗസ്ഥന്മാരും കച്ചവടക്കാരുമാണ് ഇവിടെയുള്ളത്. അറുപതു വീട്ടുകാരായിരുന്നു. ഞങ്ങൾ വന്നതോടെ അറുപത്തി ഒന്നായി.

പൊതുവെ ഇടവകക്കാർക്ക് പള്ളി വക കാര്യങ്ങളിൽ താത്പര്യം കുറവാണ്. ഫാദർ വരുന്ന കാലത്ത് തീരെ മോശമായിരുന്നു അവസ്ഥ.

ഇപ്പോൾ കുറച്ചു ഭേദമായിട്ടുണ്ട്. ഈയിടെയാണ് പള്ളിയുടെ മാളിക പുതുക്കി പണിതത്. സൺഡേ സ്കൂൾ മുടങ്ങാതെ നടക്കുന്നു. നീണ്ടൊരു ശ്രമത്തിന്റെ ഫലമായി പള്ളിയോട് ചേർന്നു ഒരു സെമിത്തേരിയും അനു വദിച്ചു കിട്ടി.

പഴയ കാലമല്ല. മരിച്ചാൽ മാന്യമായി സംസ്ക്കരിക്കപ്പെടണമെന്ന് ആളുകൾക്ക് ആഗ്രഹമുണ്ട്. സമാധാനത്തോടെയുള്ള നിത്യനിദ്ര. ഒട്ടു മിക്കപേരെയും കല്ലറ പണിത് അതിനകത്ത് അടക്കുകയാണ് ചെയ്യുന്നത്. പുറത്ത് മാർബിൾ ഫലകം വെച്ച് അതിന്മേൽ പരേതന്റെ മേന്മകൾ കൊത്തിവെയ്ക്കും.

നല്ലൊരു സംഖ്യ അതിനുവേണ്ടിവരും. സ്ഥലത്തിന്റെ വില, പണിച്ചെലവ് എല്ലാംകൂടി ഒരു ചെറിയ വീടു പണിയാനുള്ള തുകയാവും. പണക്കാർക്ക് അതു പ്രശ്നമല്ല. പക്ഷേ സാധാരണക്കാർക്ക് പെട്ടെന്നാ വുമ്പോൾ അതൊരു ബുദ്ധിമുട്ടാണ്.

ഫാദർ ഇപ്പോൾ പുതിയൊരു പദ്ധതി ആസൂത്രണം ചെയ്തിട്ടുണ്ട്. ഇടവകയിലെ ഓരോ ആളും പത്തുരൂപ വെച്ച് പ്രതിമാസം അട യ്ക്കണം. അങ്ങനെ അടയ്ക്കുന്നയാൾ മരിക്കുമ്പോൾ മറ്റു യാതൊരു തുകയും ഈടാക്കാതെ അയാളെ കല്ലറയിൽ സംസ്ക്കരിക്കും. ധാരാളം പേർ ഇതിനകം ചേർന്നു കഴിഞ്ഞു.

വളരെ ശാന്തമായ ഒരിടത്താണ് നമ്മുടെ സെമിത്തേരി. കല്ലറകൾക്കു ചുറ്റും പൂമരങ്ങൾ വെച്ചുപിടിപ്പിക്കാനാണ് പരിപാടി. കാലം ചെല്ലു മ്പോൾ മരങ്ങൾ സ്മാരകങ്ങൾക്കു മേലെ സ്വമേധയാ പൂക്കൾ വീഴ്ത്തും.

ഫാദർ വളരെ സമർത്ഥമായി പ്രശ്നം ഞങ്ങളുടെ മുന്നിൽ അവതരി പ്പിച്ചു. സംഗതി വളരെ ലളിതമാണ്. അദ്ദേഹം പറഞ്ഞു.

"നിങ്ങളിവിടെ ഇപ്പോൾ നാലുപേരാണുള്ളത്. നാല്പതു രൂപ അടയ്ക്കണം. ഇപ്പോഴങ്ങനെ ചെയ്താൽ അവസാനം അതൊരു ഭാര മാവില്ല."

ഫാദർ ഇപ്പോൾ ബേസിനിൽ കൈകഴുകുകയാണ്. ഞാൻ ഭക്ഷണം നിർത്തി മരിയയെ നോക്കി. അവളും എന്നെ നോക്കുകയായിരുന്നു. പുറത്ത് നിന്നും മണലിൽ ഉരുണ്ടുകളിക്കുന്ന പിള്ളേരുടെ ശബ്ദം കേൾക്കുന്നുണ്ട്.

ടവലിൽ കൈ തുടച്ച് ഫാദർ ചോദിച്ചു.
"എന്താ, സമ്മതമാണോ?"
അല്പസമയം ഞങ്ങൾ ഒന്നും മിണ്ടിയില്ല. ഫാദർ സിറ്റൗട്ടിൽ ചെന്നിരുന്നു. ഞങ്ങളും പിറകെ ചെന്നു. പിന്നെ മരിയയാണ് സംസാരി ച്ചത്.

"ഞങ്ങൾ രണ്ടുപേർ ചേർന്നാൽ പോരെ അച്ചോ?"
ഫാദർ ചിരിച്ചു.

25

"മതി. പക്ഷേ ഇതൊരു പ്രത്യേക പദ്ധതിയാണ്. ഇപ്പോൾ ചേരുന്ന വർക്കായി സെമിത്തേരിയിൽ സ്ഥലം അളന്നു തിരിക്കും. കുട്ടികൾ വലുതായിട്ട് ചേർക്കാമെന്നു വെച്ചാൽ ഒരുപക്ഷേ സ്ഥലം ബാക്കി യുണ്ടാവില്ല."

"അവര് വേണ്ടച്ചോ."

അങ്ങനെ പറഞ്ഞ് മരിയ പെട്ടെന്ന് അകത്തുപോയി.

"ഞാനിറങ്ങട്ടെ. ഞായറാഴ്ച വരുമ്പോൾ ആദ്യ ഗഡുവ് അട യ്ക്കണം."

ഫാദർ മധുരമായി ചിരിച്ചു. അദ്ദേഹം ഇറങ്ങി.

ഞാൻ അപ്പോഴും കൈവരിയിൽ ചാരി നിൽക്കുകയാണ്.

"അപ്പച്ചാ"

മുകളിൽ നിന്നാണ് വിളി. ടെറസ്സിന്റെ പാരപ്പറ്റിനു മുകളിലൂടെ തല കീഴോട്ടിട്ട് നെൽസൻ വിളിക്കുകയാണ്. അവന്റെ പിറകിൽ ഉത്സാഹം പൂണ്ട ചിരിയോടെ ടുടുവിന്റെ കൊച്ചുമുഖമുണ്ട്.

"വീഴരുത്."

ഞാൻ വിളിച്ചു പറഞ്ഞു.

രണ്ടു നൂൽപുകാർ

തിരുനാവായയിൽ വർഷംതോറും നടക്കുന്ന സർവ്വോദയമേളയിലേക്ക് തൃപ്രയാറ്റുനിന്ന് രണ്ടു നൂൽപുകാർ വരാറുണ്ട്. വെളുത്ത് മെലിഞ്ഞ് പല്ല് ലേശം പൊന്തിയ ഒരേടത്തി. ഇരുനിറത്തിൽ എപ്പോഴും പാതിയടഞ്ഞ കണ്ണുകളുള്ള ഒരനിയത്തി. പ്രാർത്ഥനാ സമയത്തും ഘോഷയാത്രയിലും ശങ്കയില്ലാതെ ഈണത്തിൽ പാട്ടുപാടാറുള്ള ഇവരെ എല്ലാവർക്കും അറിയാം.

ഇവരുടെ അമ്മാവൻ ഒരു തെക്കൂട്ടെ നാരായണൻനായർ ഗാന്ധി യന്മാർക്കിടയിൽ അറിയപ്പെടുന്ന ആളാണ്. ഗുരുവായൂർ, തിരുനാവായ സത്യാഗ്രഹങ്ങളിൽ പങ്കെടുത്തിട്ടുണ്ട്. ജി.കുമാരപിള്ളയുടെയും കരു മാഞ്ചേരി മാധവന്റേയും സുഹൃത്ത്. ഈ അമ്മാവന്റെ കൂടെയാണ് ചെറിയ കുട്ടികളായിരുന്ന കാലത്ത് ഇവർ ആദ്യം തിരുനാവായയിൽ വന്നത്.

ഇത്തവണത്തെ മേളയ്ക്ക് ഒന്നാം ദിവസം ഇവർ എത്തിയിരുന്നില്ല. മേള ഒരു പൊതുചടങ്ങാണ്. പലരും വരും. വരാതിരിക്കും. ഇത്ത വണയും നൂൽപുകാർ പല ദേശങ്ങളിൽ നിന്നായി ധാരാളം പേർ എത്തിയിരുന്നു. പ്രദർശനത്തിനു വെക്കാനുള്ള ചർക്കകളും ചുമന്ന് സ്ത്രീകൾ പുഴ കടക്കുന്നത് കാലത്തു മുതലെയുള്ള കാഴ്ചയായി രുന്നു.

മേളയോടനുബന്ധിച്ച പ്രദർശനം ഉച്ചയ്ക്കു മുമ്പേ ആരംഭിച്ചു. ഖാദിസ്റ്റാളിലും ഗാന്ധിസാഹിത്യം വിൽക്കുന്നേടത്തും നല്ല തിരക്കനു ഭവപ്പെട്ടു. പ്രാതലിനും ഊണിനുമുള്ള ശീട്ടുകൾ ആപ്പീസിൽ റെഡി യായി. ഉച്ചഭാഷിണിയിലൂടെ പലവിധ അറിയിപ്പുകൾ ഉയർന്നു. സംഭാവനാ രസീതു പുസ്തകം തിരിച്ചേല്പിക്കണമെന്ന് സർവ്വോദയ പ്രവർത്തകരോട് തിരുവത്ര ദാമോദരൻ മൈക്കിലൂടെ അപേക്ഷിച്ചു.

തവനൂരിലെ പാടത്ത് കുത്തിമറച്ചുണ്ടാക്കിയ പീടികകളിൽ ഉമ്മമാർ ചായയും എണ്ണപലഹാരങ്ങളും വിൽക്കാനാരംഭിച്ചു. അക്കരെയും ഇക്കരെയുമുള്ള ആൽമരങ്ങളിൽ കാറ്റുപിടിച്ചു. സ്റ്റേജിൽ പ്രസംഗം ആരംഭിച്ചു. നൂൽപുകാർ താഴെയിരുന്ന് ശ്രദ്ധയോടെ പ്രസംഗം കേട്ടു.

27

മൂന്നു വൃദ്ധന്മാർ വെയിലത്തുകൂടെ നടന്ന് പുഴകടന്നു. മൂവരും എം.പി. മന്മഥനെപ്പോലെ നരച്ച മീശയുള്ളവരും ഷാൾ പുതച്ചവരുമായിരുന്നു. ക്ഷീണംകൊണ്ട് അവർ ആൽത്തറയിൽ ഇരിപ്പായി. ഷാളെടുത്ത് വിയർപ്പ് ഒപ്പി. കാറ്റുകൊണ്ടപ്പോൾ അതിലൊരാൾ ആൽത്തറയിൽ നീണ്ടു നിവർന്നു കിടന്നു. സ്റ്റേജിൽ നിന്നുള്ള പ്രസംഗം കുറഞ്ഞ മട്ടിൽ അവർക്കും കേൾക്കാമായിരുന്നു.

അവരിലൊരാൾ പറഞ്ഞു:

"ഈശ്വരാ, ഞാനൊരു കാര്യം ആലോചിക്ക്യാണ്. 1948 ഫെബ്രുവരിയിൽ ഈ പൊഴേല് നെറച്ച് വെള്ളണ്ടാർന്നു. അതിനുശേഷം കാലം എത്ര കടന്നുപോയി?"

മറ്റൊരാൾ സ്വയം പറഞ്ഞു:

"ഇതാപ്പൊ ജീവിതത്തിലെ ഒരേയൊരു അഭിലാഷം. ഒരു കൊല്ലം മുഴുവനൊള്ള കാത്തിരിപ്പാ ഇതിന്: മേളയ്ക്ക് ഇങ്ങനെ ഒരുങ്ങിക്കെട്ടി വര്വാ. എല്ലാരേം കാണ്വാ. വർത്തമാനം പറയ്വാ. മൂന്നൂസം സുഖായിട്ടങ്ങട് കഴിയ്വാ."

അപരൻ പറഞ്ഞു:

"അതാ വാര്യരെ ഞാനും പറയണ്. എന്തിനാപ്പൊ ഇത്ങ്ങനെ? കൊല്ലംതോറും ഇങ്ങട്ട് വര്വാ. ഈ പൊഴേലെ പച്ച വെള്ളത്തില് കുളിക്ക്യാ. അമ്പലത്തില് തൊഴ്വാ. കാലത്തൊട്ട് വയ്യുന്നേരംവരെ പ്രസംഗങ്ങള് കേക്ക്വാ. രണ്ടു വേഷ്ടീം ഒരു തോർത്തും മേടിച്ച് കുടുമ്മത്തിക്ക് മടങ്ങ്വാ. എന്താ ഈ വഴിപാടിന്റെ അർത്ഥം?"

"എന്താ രാമങ്കുട്ടിക്ക് ഒരു നിരാശപോലെ? ഇതിനൊക്കെ നല്ല അർത്ഥണ്ട്. ഗാന്ധിക്കും വിനോഭയ്ക്കും അനുദിനം പ്രസക്തി ഏറി വര്വാണ്. റഷ്യേലത്തെ സ്വർഗ്ഗരാജ്യം അവസാനിച്ചല്ലോ? അമേരിക്കേല് എന്താ സ്ഥിതി? പ്രസവിക്ക്യാണ്ടിരിക്ക്യാൻ മരുന്നു കുത്തിവെച്ചിട്ടാ പെങ്കുട്ട്യോളെ സ്കൂളീവിടണത്. നമ്മള് പറഞ്ഞേടത്തിക്ക്യാ കാര്യങ്ങള് നീങ്ങണത്. ഇതേ ഒരു വഴീള്ളൂ. എന്താ സി.പി.സി. ഒന്നും പറയാണ്ട് ഇങ്ങനെ കെടക്കണ്? ക്ഷീണായോ?"

സി.പി. ചാത്തു എന്ന വൃദ്ധൻ എഴുന്നേറ്റു.

"നമുക്കങ്ങട്ട് പൂവ്വാ. അവടൊര്ത്തൻ കെടന്ന് ചങ്കുപൊട്ടിക്കണ് കേട്ടില്ലേ? കൊറച്ച് നൂൽപുകാര് പെങ്കുട്ട്യോളും നമ്മള് നാലഞ്ച് വയസ്സന്മാരും. അല്ലാണ്ട് ആരാ കേക്കാനുണ്ടാവ്വാ?"

അവർ പന്തലിലേക്കു നീങ്ങി.

ഈ സമയം ഒരു യുവാവ് ആൽത്തറയിലിരിപ്പുണ്ടായിരുന്നു. പുഴയിലേക്ക് നോക്കിക്കൊണ്ട് അയാൾ ബീഡി വലിച്ചു. പുഴയിലാകട്ടെ മണ്ണെടുക്കുന്ന ലോറികളുടെ പരക്കംപാച്ചിലാണ്. വണ്ടിയിൽനിന്നു പറക്കുന്ന പൊടിയും മണ്ണുപണിക്കാരുടെ വിളിച്ചുകൂവലും ഉയർന്നു. എല്ലാറ്റിനും മീതെ ലോറികൾ പുഴയിൽനിന്നു കയറുമ്പോഴുണ്ടാവുന്ന

ഭീകരമായ മുരൾച്ചയും. പുഴവക്കത്തെ കായ്കറിക്കണ്ടങ്ങൾ മണ്ണിൽ പുതഞ്ഞു.

യുവാവ് വളരെ അസ്വസ്ഥനായി കാണപ്പെട്ടു. പരിസരം അർത്ഥമില്ലാത്ത ചലനങ്ങളുടെ ആവർത്തനമായി അയാൾക്കു തോന്നി. അയാൾ സ്വയം പരിശോധിച്ചു. തന്റെ മെലിഞ്ഞ ശരീരം അതിന്റെ കറുപ്പുനിറം. ബീഡിക്കറ പിടിച്ച വിരലുകൾ. വിശക്കുന്ന ഉദരം. കൂടുതൽ മെലിഞ്ഞ കാലുകൾ. പൊളിഞ്ഞ നഖങ്ങൾ. ഇപ്രകാരം ഒരു ഘടനയുടെ പ്രസക്തി എന്ത്?

"സംവരണവും ഭൂപരിഷ്കരണവും കേരളത്തിന്റെ പരിസ്ഥിതി പ്രശ്നവും" എന്ന ദീർഘവും പ്രസിദ്ധവുമായ പ്രബന്ധം രചിച്ചിട്ടുള്ള സതീശ് മേനോനാണ് ഈ യുവാവ്. ജനകീയ സാംസ്കാരികവേദി പിരിച്ചുവിട്ട കാലത്ത് തൃശ്ശൂരിൽ സിവിക് ചന്ദ്രന്റെ സഹായിയായി താമസിച്ചിട്ടുണ്ട്. വാഞ്ചിലോഡ്ജിലെ ചെറിയ മുറിയിൽ ചിതറിക്കിടക്കുന്ന പുസ്തകങ്ങൾക്കും പത്രങ്ങൾക്കും പോസ്റ്ററുകൾക്കും ഇടയിൽ നിലത്തിരുന്നുകൊണ്ട് അയാൾ എഴുതും. സന്ദർശകർ കടന്നുവന്നാൽ തിളങ്ങുന്ന കണ്ണുകളുയർത്തി ഒന്നുനോക്കി വീണ്ടും എഴുതും.

രണ്ടാമത്തെ തവണയാണ് അയാൾ തിരുനാവായയിൽ വരുന്നത്. കഴിഞ്ഞതവണ തൃപ്രയാറ്റുനിന്നുള്ള സഹോദരിമാരെ പരിചയപ്പെട്ടു. ഏടത്തി, അയാളുടെ അടുത്തു വന്നു ചോദിച്ചു.

"കുറുപ്പത്തെ കമലാകാരനല്ലേ ഇട്?"

അല്ലെന്ന് അയാൾ പറഞ്ഞു. പക്ഷേ ഏടത്തി അത് കാര്യമാക്കിയില്ല.

"ശെരിക്കും തൽസൊരൂപം. ഞാനും കമലാകരനും ഒന്നിച്ചാ പഠിച്ചേ. ഫിഷറീസില് ഏഴാം ക്ലാസില്. അവന് പിന്നെ ഐസു കമ്പനീല് പണി കിട്ടി. നല്ല വരായ്യാ. കഴിഞ്ഞാണ്ടില് തൃപ്രയാറ്റെ ഏകാശീടന്ന് വെഷം കുടിച്ച് ചാവേം ചെയ്തു."

ആ സ്ത്രീകളുമൊന്നിച്ച് അയാൾ തവനൂരിലെ ആൽത്തറമേൽ ഇരുന്നു സംസാരിച്ചു. പിന്നീട് ഏടത്തി സർവ്വമതപ്രാർത്ഥനയ്ക്കു പോയപ്പോൾ അനിയത്തിയോടൊപ്പം പുഴ കടന്ന് അക്കരെയുള്ള ആൽത്തറയിൽ പോയി ഇരുന്നു.

അവർ തൊട്ടു തൊട്ടാണ് ഇരുന്നത്. കഞ്ഞിമുക്കി ബലപ്പെടുത്തിയ ഖദർ സാരിയാണ് അവൾ ഉടുത്തിരുന്നത്. കൊഴുത്തുരുണ്ടതൊന്നുമല്ലെങ്കിലും ആ സ്ത്രീയുടെ തുട സ്പർശിച്ചപ്പോൾ അയാൾ നിശ്ശബ്ദനായി. പിന്നീട്, സംസാരിക്കാതെയാണ് അവർ ഇരുന്നത്. കറുത്ത ചരടിൽ കോർത്ത ഏലസ്സിലേക്ക് അയാൾ നോക്കി. തെളിഞ്ഞു കാണുന്ന രണ്ടു വാരിയെല്ലുകൾക്കു താഴെവെച്ചാണ് മാറിടം ആരംഭിക്കുന്നത്. മിനുസമുള്ള മാംസത്തിന്റെ തിളക്കം അവിടെ കാണാനുണ്ട്. പച്ച ജാക്കറ്റിന്റെ മുൻവശത്ത് മുലകളുടെ ചെറിയൊരു projection ഉണ്ട്.

അയാൾ ഒരു കൈ അവളുടെ തോളിൽ വെച്ചു. കണ്ണുകൾ തിരിച്ച് സ്നേഹത്തോടെ അവൾ നോക്കി.

അവിടെ ഇരുന്നുകൊണ്ട് അയാൾ ശരീരങ്ങളെക്കുറിച്ച് ചില ചോദ്യങ്ങൾ ഉണ്ടാക്കി. സ്നേഹത്തിന്റെ നിർമ്മാണ പ്രക്രിയയിൽ ശരീരങ്ങളുടെ ധർമ്മം എന്ത്? പുരുഷജീവിയുടെ ഉദരത്തിനു കീഴെയുള്ള നീണ്ട അവയവത്തിന്റെ സാംസ്കാരിക ദൗത്യം എന്ത്? ഏതൊരു സ്നേഹത്താൽ പ്രചോദിതരായിട്ടാണ് മാപ്പിളമാർ പുഴയിൽനിന്നും കായ്കറിക്കണ്ടങ്ങളിലേക്ക് തേവുന്നത്?

കഴിഞ്ഞ ഒരു വർഷം സതീശ് മേനോൻ "സ്നേഹത്തിന്റെ രസതന്ത്രം ചരിത്രത്തിലും വർത്തമാനത്തിലും" എന്ന പ്രബന്ധരചനയിൽ ഏർപ്പെട്ടു. എന്തുകൊണ്ടാണ് പുഴുവിനും പുലിക്കും പശുവിനും കിളികൾക്കും സയൻസിലും ഫിലോസഫിയിലും വിശ്വാസമില്ലാത്തത്? ബോധനിലവാരത്തിന്റെ കുറവല്ല. ജീവന്റെ കാലയളവിനെ സംബന്ധിച്ച നിഷ്കളങ്കമായ ഉൾകാഴ്ചകൊണ്ടാണ്. അതുകൊണ്ട് അവ പ്രണയത്തിൽ വിശ്വസിച്ചു.

ഒന്നാംദിവസത്തെ പ്രസംഗങ്ങൾ അവസാനിച്ചപ്പോൾ ഉമ്മമാർ മണ്ണെണ്ണച്ചിമ്മിനി ഊതിക്കെടുത്തി. ബാക്കിവന്ന പലഹാരങ്ങളും കൊണ്ട് വീടുകളിലേക്കു യാത്രയായി. മൊട്ടത്തലയന്മാരായ മാപ്പിളക്കുട്ടികൾ ഉറക്കംവന്ന് കരഞ്ഞ് അവരുടെ തുണിത്തുമ്പിൽ പിടിച്ചു നടന്നു.

രണ്ടാംദിവസം കാലത്ത് സഹോദരിമാർ എത്തി. കുറ്റിപ്പുറത്തു നിന്നു വന്ന 'തളിർ' ബസ്സ് തിരുനാവായയിൽ നിന്നപ്പോൾ തിരക്കിൽ നിന്ന് ആദ്യം അനിയത്തിയും പിന്നെ ഏടത്തിയും ഒരുവിധം പുറത്തു വന്നു. നീങ്ങിപ്പോയ ബസ്സിനെ നോക്കി ഏടത്തി വായ പൊത്തിപ്പിടിച്ച് ചിരിച്ചു. അവരുടെ മുൻവശത്തെ ഒരു പല്ല് അടർന്നുപോയിരുന്നു.

അവർ ഹോട്ടലിൽ കയറി ചായയും മസാലദോശയും കഴിച്ചു. ഒരു ഗ്ലാസ് ചൂടുവെള്ളം ചോദിച്ചുവാങ്ങി ഏടത്തി രണ്ടു ഗുളികകൾ കഴിച്ചു. അവർ അനിയത്തിയോട് അടക്കത്തിൽ പറഞ്ഞു:

"ബസ്സില് വെച്ച് ഒരു ചെക്കൻ എന്റെ ചന്തീമ്മെ പിടിച്ചത് നീയ്യ് കണ്ടോ?"

"ഒന്നു മിണ്ടാണ്ടിരിക്ക്."

അനിയത്തി ശാസിച്ചു. അപ്പോൾ ഏടത്തി പൊട്ടിച്ചിരിച്ചു.

അമ്പലത്തിന്റെ പടവുകളിറങ്ങി അവർ പുഴയിലേക്കു വന്നു. മണലിൽ ഇറങ്ങിനിന്ന് ഏടത്തി ശബ്ദത്തിൽ ഏമ്പക്കമിട്ടു. രണ്ടുപേരും മുടിയുടെ കെട്ടഴിച്ച് തല ചൊറിയാൻ തുടങ്ങി. കുളിക്കാനാണ് അവർ നിശ്ചയിച്ചിരുന്നത്. വലിയ ഒരു എയർ ബാഗ് അവർ കൊണ്ടുവന്നിട്ടുണ്ട്. അതു തുറന്നു. അതിനകത്ത് വസ്ത്രങ്ങൾ, എണ്ണ, സോപ്പ്, ഇഞ്ച, ചെറിയ കണ്ണാടി, ചീർപ്പ്, ചാന്ത്, കൺമഷി എന്നിവയുണ്ട്.

ചീപ്പെടുത്ത് ഏടത്തി അനിയത്തിയുടെ തലമുടി അമർത്തി ചീകാൻ തുടങ്ങി. അനിയത്തിക്കു വേദനിച്ചു. ധാരാളം പേനുകളെ കിട്ടി. അവയെ 'ശ്' എന്നു ശബ്ദമുണ്ടാക്കി ആവേശത്തോടെ കൊന്നു.

പുഴയിൽ വെയിലടിച്ചു. നീർച്ചാലിൽ മുട്ടോളം വെള്ളമേ ഉണ്ടായിരുന്നുള്ളൂ. അവർ എഴുന്നേറ്റുനിന്ന് വസ്ത്രം മാറി. കാറ്റു വീശിയപ്പോൾ ഏടത്തിക്കു തണുത്തു. അവർ ബ്രേസിയർ അഴിച്ചെടുത്ത് നനച്ചു.

പുഴയിൽ ആൾസഞ്ചാരം തുടങ്ങി. ലോറികളിലെ ഡ്രൈവർമാർ വട്ടം കൂടിയിരുന്ന് ചീട്ടുകളിക്കുന്നുണ്ട്. ഏടത്തി ആകെ ചെറിയ തോർത്തു മാത്രമാണ് ഉടുത്തിരുന്നത്. അത് നനഞ്ഞ് ശരീരത്തോടു ചേർന്നു. അനിയത്തി പിറുപിറുത്തു.

"ഈ ഏടത്തിക്ക് ഒരു നാണോം മാനോം ഇല്ല്യ." ഏടത്തി പൊട്ടിച്ചിരിച്ചു.

"അതിന് പ്പൊ എന്തൂട്ട് കൂത്താ ഇണ്ടായേ?"

"ഒന്നൂല്യ."

അനിയത്തി ദേഷ്യപ്പെട്ടു.

ഏടത്തി പിന്നെയും ചിരിക്കാൻ തുടങ്ങി. വസ്ത്രം കഴുകുമ്പോഴും അവർ ഓർത്തോർത്തു ചിരിച്ചു. അവരുടെ വലിപ്പമുള്ള വെളുത്ത മുല വെയിൽകൊണ്ടു ചുവന്നു. വയലറ്റു നിറമാണ് മുലക്കണ്ണിന്. അവർക്ക് ഒരു മുല മാത്രമേ ഉണ്ടായിരുന്നുള്ളൂ. മറ്റേത് കഴിഞ്ഞ വർഷം രോഗം ബാധിച്ച് മുറിച്ചു മാറ്റിയിരുന്നു. മിനുസമുള്ള ഒരു ചുവന്ന പാടാണ് അവിടെ ശേഷിച്ചിരുന്നത്.

കുളി കഴിഞ്ഞ് അമ്പലത്തിൽ തൊഴുത് അവർ സമ്മേളന പന്തലിലേക്കു വന്നു. അവിടെ രണ്ടാം ദിവസത്തെ സെമിനാർ ആരംഭിച്ചിരുന്നു. വേദിയിൽ തൂവെള്ള ധരിച്ച നിരവധി പേർ ഇരുപ്പുണ്ട്.

"കൂനംമൂച്ചീലെ ഈനാശൂന്റെ മാതിരിണ്ട് പ്രസംഗിക്കണ ആള്. അസ്സല് നെറം. തൽസൊരൂപം. സ്വർണ്ണമാലേണ്ടാവ്വോ കഴുത്തില്?"

ഏടത്തി പറഞ്ഞു.

കുളികഴിഞ്ഞ് പ്രാതൽ കഴിച്ചെത്തിയ എല്ലാ നൂൽപ്പുകാരും പന്തലിലിരുന്ന് മുടി ഉണങ്ങാൻവേണ്ടി വേർപ്പെടുത്തി. നനഞ്ഞ മുടിയുടെ മണം പരന്നു. ഉപ്പുമാവും കിച്ചടിയുമായിരുന്നു പ്രാതൽ. ഏടത്തിയും അനിയത്തിയും കൗണ്ടറിൽ ചെന്ന് കൂപ്പൺ വാങ്ങിച്ചു.

വൃദ്ധഗാന്ധിയന്മാർ മൂന്നുപേരും സമ്മേളനപ്പന്തലിൽ ചമ്രം പടിഞ്ഞ് ഇരിപ്പുണ്ടായിരുന്നു. അവരിലെ വാര്യർ പറഞ്ഞു:

"കിച്ചടിക്ക് എരിവിത്ര പാടില്ല. ഒരു പേരിന് മത്യാർന്നു."

"ന്നാലും മോശല്യ. ഇന്നലെ ഞാൻ കുറ്റിപ്പുറത്ത് ബെസ്സെറങ്ങി, ചായ

കുടിക്കാലോന്ന്ച്ച്ട്ട് ഹോട്ടലികേറിപ്പോ, എല്ലാടത്തും എർച്ചി പൊറോട്ട, എർച്ചി പൊറോട്ട. അതിലപ്പറോം ഇപ്പറോം ഒന്നൂല്യ."

"ഈ തിരുനാവായ അങ്ങാടീല് തന്നെ മൂന്ന് ഹോട്ടല്ണ്ടത്രെ പോത്തെറച്ചി വിക്കണതായിട്ട്."

"പോത്തായാലും വിരോധല്യ, പശു ആവാണ്ടിരുന്നാ മതി, ഈശ്വരാ."

"കൊഴൽമന്ദത്ത് നിന്ന് ഇവറ്റ്യോളെ ആട്ടിക്കൊണ്ടരണത് ഞാൻ മംഗലത്തുവെച്ച് കാണാറുണ്ട്. മേലൊക്കെ പൊട്ടിപ്പൊളിഞ്ഞ്. നടന്ന് നടന്ന് വായേന്ന് പത വരണുണ്ടാവും. നടന്നു കെതക്കണ അവറ്റേടെ കണ്ണുകാണണം രാമങ്കുട്ടി. ആ കണ്ണോണ്ട് ഒന്നു നോക്ക്യാ നമ്മള് ഭസ്മാവും"

"അതു പശുക്കളുടെ യാത്ര."

രാമൻകുട്ടി പറഞ്ഞു.

"കുട്ടികള് ലോകത്തെ നോക്കണ നോട്ടം ശ്രദ്ധിച്ചിട്ടുണ്ടോ വാര്യര്? ബോംബേല് ലഹളക്കാര് ചേരികള് കത്തിച്ചപ്പോ, ഉടുപ്പിന് തീ പിടിച്ചിട്ട് ഒരു ചെറിയ പെൺകുട്ടി ഓടണ പടം ഞാൻ കണ്ടു. അവൾടെ കരച്ചിലാണ് രണ്ടു കൊല്ലായിട്ട് എന്റെ മനസ്സില്."

"അതു പറഞ്ഞിട്ട് കാര്യല്യ. കർമ്മഫലം. അത്ര അഹമ്മതി ആർന്നു അവടെ മുസ്ലീങ്ങൾക്ക്."

"നോക്ക്വാ നോക്ക്വാ" വാര്യർ മറ്റു രണ്ടുപേരുടേയും ശ്രദ്ധയെ ക്ഷണിച്ചു.

"കഴിഞ്ഞ കൊല്ലത്തന്തി ആ പെണ്ണുങ്ങള് ആ ചെറുപ്പക്കാരന്റടുത്ത് മുട്ടിക്കൂടിനിന്ന് കൊഞ്ചണത് കണ്ടോ? ഇനിക്ക് അസ്സലായിട്ട് കലി വരണ്ണ്ട് വോളണ്ടിയർമാര് ആരൂല്യേ ഇവടെ?"

ഏടത്തിയും അനിയത്തിയും സതീശ് മേനോനോടൊപ്പം ആൽത്തറയിലേക്കു നടന്നു. ഏടത്തി ആവേശത്തോടെ സംസാരിച്ചു. അനിയത്തി മിണ്ടാതെ നിന്നു.

"ഇപ്പളാ സുഖായത്. ഈ പൊഴേലൊന്ന് കുളിക്കാലോന്ന്ച്ചട്ടാ ഞങ്ങള് ഇത്രടേം വന്നത്. ഇപ്പളായിട്ട് കൊളത്തിലാ കുളി. കൊഴുകൊഴുത്ത വെള്ളാ. മേലൊക്കെ ഒട്ടും."

അവർ തുടർന്നു.

"ഞങ്ങള്പ്പൊ നൂൽപ്പൊക്കെ നിറുത്തി. ആ കുന്ത്രാണ്ടം ഇട്ടു തിരിച്ചിട്ടാ ഇന്റെ അരാശം മുട്ട്യേത്. നൂറ്റു നൂറ്റ് ഇങ്ങനെ ഇരിക്കലേള്ളു. അടുപ്പില് പൂച്ച പെറ്റുകെടക്കും. (പൊട്ടിച്ചിരി) പിന്നെ മൂക്കില് പഞ്ഞി കേറും ഇനിക്ക് കാസത്തിന്റെ ഉപദ്രവണ്ട്."

"ഞങ്ങടെ കുഞ്ഞമ്മാൻ നാരാണൻ നായരില്ലേ? ശാസ്ത്രിനാണൂന്ന്

പറയും. ഈ കേളപ്പൻ കേളപ്പൻന്നൊക്കെ പറേണ ആൾടെ നെഴലാർന്നു. അങ്ങേർക്കാ വാശി ഞങ്ങള് വയറ് കാഞ്ഞ് നൂൽക്കണന്ന്."

"അങ്ങോര് കഴിഞ്ഞാണ്ടില് മരിച്ചു. വാതം പിടിച്ചട്ട് തൃശ്ശൂര് സത്രം ആശുപത്രീല് കെടപ്പാർന്നു. കയ്യും കാലും ചുരുണ്ടു. കാശിനൊന്നും ഒരു മുട്ടുണ്ടാർന്നില്ല. സ്വാതന്ത്ര്യസമരസേനാനി സ്വാതന്ത്ര്യസമര സേനാനീന്ന് പറഞ്ഞിട്ട് ആൾക്കാർങ്ങനെ വരിവര്യായിട്ട് വര്വാ. കാശി ങ്ങട് തര്വാ. പുവ്വാ. മരിച്ചപ്പൊ ഒരു മലപോലേണ് റീത്തു വച്ചത്. റീത്തിന്റെ എടേല് പെട്ടട്ട് ഇന്റമ്മാനെ കാണാണ്ടായീല്ലോന്നു പറഞ്ഞിട്ടാ ഞങ്ങള് നെലോളിച്ചത്. (ചിരി) ഒരെണ്ണോ രണ്ടെണ്ണോന്നുനിശ്ചല്യ മന്ത്രീം വന്നേർന്നു കാണാൻ."

"പിന്നെ ദുബായിക്കാരല്ലേ പ്പൊ തൃപ്രയാറ്റ് മുഴ്വോനും. അവർ ക്കൂല്യേ അഭിമാനം. ഓരോരുത്തര് പത്തുറുപ്പ്യ മുപ്പതുറുപ്പ്യ ഒക്കെ തര്വായി. എണ്ണം പറഞ്ഞ കോമാവ് ഒരെണ്ണം മേടിച്ച് മുറിച്ചിട്ടാ കുഞ്ഞ മ്മാനെ കത്തിച്ചത്. ആ മാവ്മ്മെണ്ടാവണ മാങ്ങടെ രുചി പറേണ് കേൾക്കണം ആൾക്കാര്."

സതീശ് മേനോൻ അനിയത്തിയെ ശ്രദ്ധിച്ചു. അവൾ പുഴയിലേക്ക് നോക്കിനിൽക്കുകയാണ്. കുളി കഴിഞ്ഞതിന്റെ നനവ് വിട്ടുമാറാത്ത ശരീരം. വസ്ത്രത്തിനുപുറത്ത് വെളിവായ ഭാഗങ്ങൾ വെയിൽകൊണ്ട് മിനുങ്ങി.

ഒരു പൊതു വസ്തുത എന്ന നിലയിൽ സ്ത്രീ ശരീരത്തെക്കുറിച്ച് സതീശ് മേനോൻ ആലോചിച്ചു. അതിന്റെ ഉരുണ്ട ഭാഗങ്ങൾ. ത്വക്കിന്റെ ഘടനയിൽ വ്യത്യാസമുണ്ട്. ഒരുതരം മിനുസവും മാർദ്ദവവും. പിന്നെ ചുറ്റും പ്രസരിപ്പിക്കുന്ന നേർത്ത മണവും ചൂടും. ഇളകുന്ന അര ക്കെട്ടിന്റെ പിൻഭാഗം ആഗോള കറൻസിയാണ്. പുടവകൾ അഴിച്ചുമാറ്റി യാൽ മാംസത്തിന്റെ ഏറ്റവും ജീവത്തായ അവസ്ഥ ദൃശ്യമാകും. ഒരു വേഴ്ച നടത്തണമെന്ന് അയാൾക്ക് മോഹം തോന്നി.

"നമ്മക്ക് പോണ്ടേ ഏടത്തി?"

അനിയത്തി തിരിഞ്ഞുനിന്നു ചോദിച്ചു.

"പണ്ടൊക്കെ ഞങ്ങള് മൂന്നുസോം ഇവടെ നിക്കാറുണ്ട്. എല്ലാം കഴിഞ്ഞ് അടിച്ച് തെളിച്ചിട്ടാ മടങ്ങാ. (ചിരി) ഇപ്പൊ ഈ കോപ്രായങ്ങളും വെപ്പും കുടീം പപ്പടം കാച്ചലും കാണാൻ ഞങ്ങൾക്ക് നേരല്യ. അന്ത്യാ വുമ്പളക്കും ഗുരുവായൂരെത്തണം."

ഏടത്തിയും അനിയത്തിയും പ്രദർശനശാലയിലേക്കു നടന്നു. അവിടെ വിവിധ തരം ചർക്കകളിൽ നൂൽനൂൽക്കുന്നതും ചുറ്റുന്നതും ചായം കൊടുക്കുന്നതും കാണിക്കുന്നുണ്ട്. കൊണ്ടാട്ടം മുളക്, പനം ചക്കര, തേൻ, തുകൽ ചെരിപ്പ്, മൃഗക്കൊഴുപ്പ് ചേർക്കാത്ത സോപ്പ് എന്നിവ വിൽക്കുന്ന സ്റ്റാളുകളും ഉണ്ടായിരുന്നു.

ബുക്ക് സ്റ്റാളിൽനിന്നും ഏടത്തി '24 വടക്കൻ പാട്ടുകൾ' (ചിത്ര സഹിതം), 'കേരളത്തിലെ ആയോധന കല' എന്നീ പുസ്തകങ്ങൾ വാങ്ങിച്ചു. അനിയത്തിയുടെ താത്പര്യത്തിന് ഒരു കുപ്പി കണ്ണിമാങ്ങാ അച്ചാറും ഒരു പൊതി ചുവന്ന ഹൽവയും വാങ്ങി.

വെയിൽ ചാഞ്ഞപ്പോൾ പണി നിർത്തിയ മാപ്പിളമാർ മേൽകഴുകാനായി പുഴയിലേക്കു വന്നു. ഇന്നലെ എത്തിയ വൃദ്ധന്മാർ മൂന്നുപേരും പുഴയിലെ മണലിൽ നിശ്ശബ്ദരായിരുന്ന് ചീട്ടുകളിക്കുകയാണ്. തണുപ്പിൽ നിന്നുള്ള മുൻകരുതലായി അവർ ഷാളുകൊണ്ട് ചെവിയടക്കം കെട്ടി.

ഏടത്തിയും അനിയത്തിയും തിരിച്ചു പോകാനായി പുഴയിലേക്കിറങ്ങി. അവർക്കു മുന്നിൽ അകലെയായി സതീശ് മേനോനും പുഴ കടക്കുന്നുണ്ടായിരുന്നു. അനിയത്തി ഏടത്തിയെ തടഞ്ഞു നിർത്തി.

"ഏട്ടത്തി നിക്ക്വാ. അയാള് പോട്ടെ."

രാത്രിയിൽ അവർ ഗുരുവായൂരിലെ പടിഞ്ഞാറെ നടയിൽ ബസ്സിറങ്ങി. നാനാതരം വൈദ്യുതവിളക്കുകൾ ക്ഷേത്രത്തിലും ചുറ്റും തെളിഞ്ഞു. കളിപ്പാട്ടങ്ങളും പാത്രങ്ങളും ചിത്രങ്ങളും പുസ്തകങ്ങളും കുങ്കുമവും വില്ക്കുന്ന കടകളാണ് നടവഴിക്ക് ഇരുവശവും. പല ഭാഷയിൽ ആണുങ്ങളും പെണ്ണുങ്ങളും വർത്തമാനം പറയുന്നതിന്റെ ലഹള. എച്ചിലിലകളും പൂക്കളും ചീഞ്ഞതിന്റെ മണംപരന്നു.

അവർ കിഴക്കെ നടയിലെത്തിയപ്പോൾ അവിടെ ജനസമുദ്രമാണ്. മേൽപ്പത്തൂർ ഓഡിറ്റോറിയത്തിന്റെ മാർബിൾ വിരിച്ച തറയിൽ പ്രായമേറിയവരും അല്ലാത്തവരുമായ ധാരാളം സ്ത്രീകൾ ഇരിപ്പുണ്ടായിരുന്നു. ചിലർ ഉച്ചത്തിൽ സംസാരിച്ചു. ചിലർ തൂണു ചാരിയിരുന്ന് മയങ്ങുകയാണ്.

ഏടത്തിയും അനിയത്തിയും അക്കൂട്ടത്തിൽ ഇരുന്നു. ഏടത്തിക്കു ചാരാൻ ഒരു തൂണു കിട്ടി. ചിറക്കാവിൽ അമ്മുഅമ്മ എന്ന, കഴുത്തിൽ രണ്ടുചുറ്റു രുദ്രാക്ഷം ധരിച്ച ഒരു വൃദ്ധ അവരുടെ അടുത്തുവന്നു. വാർദ്ധക്യംകൊണ്ട് അവരുടെ ശരീരം ശോഷിച്ചിരുന്നു. കണ്ണുകൾ ഏകാദശി നോറ്റപോലെ തിളങ്ങി. അവർ സ്വകാര്യത്തിൽ പറഞ്ഞു:

"നേരംത്ര്യായില്ലേ? നാഴി കഞ്ഞീരെ വെള്ളംകൂടി അകത്തുനിന്ന് ആരുക്കും കിട്ടീട്ടില്ല്യ."

ഏടത്തിക്ക് അതിശയമായി.

"അതെന്ത്യേ?"

"എന്തൂട്ടങ്ങാണ്ട് ഒരു മന്ത്രി അകത്ത് കേറീരിക്ക്യാ. പൊലീസും പട്ടാളോം നിക്കണ് കണ്ടില്ലേ? നാമം ചൊല്ലീട്ടും വെശപ്പ് കെടണ്ല്യ."

ഏടത്തി ചുറ്റും നോക്കി. നട ബന്തവസ്സാണ്. പല ഭാഗങ്ങളിലൂടെ നടന്നുവന്ന് ആളുകൾ ഗോപുരം നിറഞ്ഞു കഴിഞ്ഞു. മുല്ലപ്പൂ ചൂടിയ

നവവധുക്കളും വരന്മാരും വൃദ്ധ ദമ്പതികളും കുട്ടികളും ഉണ്ട്. യാത്ര ചെയ്ത് മുഷിഞ്ഞുനാറുന്ന തമിഴന്മാരും ഹോട്ടലുകളിൽ താമസിച്ച് കുളിച്ച് വസ്ത്രം മാറ്റിയ പ്രഭുക്കളും ഉണ്ട്. വീട്ടിൽനിന്ന് പുറത്തിറങ്ങാത്തതുകൊണ്ട് വെളുത്തു കൊഴുത്തു പോയ സ്ത്രീകളും ഉണ്ട്.

ഏടത്തി ബാഗു തുറന്ന് ഭാഗവത പുസ്തകം എടുത്തു. കുന്നംകുളത്ത് അച്ചടിച്ച പഴയ പതിപ്പാണ് അത്. വരികൾ നക്ഷത്രചിഹ്നമിട്ട് തിരിച്ച് വിലങ്ങനെ അച്ചടിച്ചത്. ഭഗവാന്റെ പടമുള്ള ചട്ട കീറിത്തുടങ്ങി.

ഏടത്തി വായന തുടങ്ങി. ചമ്രംപടിഞ്ഞിരുന്ന് പുസ്തകം കണ്ണോട് ചേർത്തുപിടിച്ച് അവർ വായിച്ചു. വായന കുറച്ചുപേർ ശ്രദ്ധിച്ചു. 'കൃഷ്ണ ഗോവിന്ദ ഹേ, രാമനാരായണ' എന്ന് ആവർത്തിച്ച് അവരുടെ തൊണ്ട ഇടറി. ഇത്തിരി നിറുത്തി വീണ്ടും വായിച്ചു.

"അസ്സലായി വായന. ഈശ്വരസാന്നിധ്യണ്ട് നിങ്ങടെ ശബ്ദത്തിന്. എന്റെ വക ഒരു ദക്ഷിണ സ്വീകരിക്കണം."

ആൾക്കൂട്ടത്തിലുണ്ടായിരുന്ന ഒരു മദ്ധ്യവയസ്ക്ക ഏടത്തിയുടെ കൈയിൽ പത്തുറുപ്പിക വെച്ചു കൊടുത്തു.

അപ്പോൾ നടയിലെ ബന്തവസ്സ് അവസാനിച്ചു. അത്താഴപ്പൂജയ്ക്കുള്ള മണിയടിച്ചു. അണപൊട്ടിയ വെള്ളംപോലെ ആളുകൾ ക്ഷേത്രത്തിലേക്കു കുതിച്ചു. ഗോപുരം ഏതാണ്ട് ശൂന്യമായി.

മുട്ടുകളിൽ തല ചായ്ച്ചു മയങ്ങുകയായിരുന്നു അനിയത്തി. ഏടത്തി തൊട്ടുവിളിച്ചു.

"കുട്ടി പോയി തൊഴുതോളൂ."

അനിയത്തി തലയുയർത്തി. തുറന്ന ഓഡിറ്റോറിയത്തിൽ എല്ലാവരും ഉറക്കം പിടിച്ചിരുന്നു. തലങ്ങും വിലങ്ങും കിടക്കുന്ന സ്ത്രീ പുരുഷ ശരീരങ്ങൾക്കും ഭാണ്ഡങ്ങൾക്കുമിടയിൽ ഒരു വൃദ്ധൻ മാത്രം ഇരുന്ന് ഗീത വായിക്കുന്നുണ്ട്. വായിക്കുക മാത്രമല്ല, അദ്ദേഹം സവിസ്തരം വ്യാഖ്യാനിക്കുകയും ചെയ്തു. കേൾവിക്കാർ ആരുമുണ്ടായിരുന്നില്ല.

അനിയത്തി ക്ഷീണത്തോടെ പറഞ്ഞു:

"ഇനിക്ക് തൊഴാൻ പാടില്ലാണ്ടായേട്ക്കണു."

അവൾ വീണ്ടും തല ചായ്ച്ചു. അവളുടെ തലമുടിയിൽ തടവിക്കൊണ്ട് ഏടത്തി ചോദിച്ചു:

"കുട്ടിക്ക് വയറുവേദനിക്കണുണ്ടോ?"

ഉവ്വെന്ന് അവൾ തലയാട്ടി. ■

ഒരു പത്രവാർത്തയും പരേതാത്മാവിന്റെ നിവേദനവും

പത്രവാർത്ത: തിരുപ്പതി മേയ് 1: ടിക്കറ്റ് ഇല്ലാതെ യാത്ര ചെയ്തതിന് ടിക്കറ്റ് പരിശോധകൻ തീവണ്ടിയിൽ നിന്നും ഇറക്കിവിട്ട യുവതിയും കുഞ്ഞും പാളത്തിൽ വീണു തീവണ്ടി കയറി മരിച്ചു.

രായലസീമ എക്സ്പ്രസ്സിൽ റെനിഗുണ്ടയിൽനിന്നും എൺപതു കിലോമീറ്റർ അകലെ കൃഷ്ണംപേട്ടയിൽ വച്ചാണ് യുവതിയും കുഞ്ഞും പാളത്തിൽ വീണത്. ടിക്കറ്റില്ലാതെ യാത്ര ചെയ്തതിന് യുവതിയെ ഒരിക്കൽ ഇറക്കിവിട്ട ടിക്കറ്റ് പരിശോധകൻ മറ്റൊരു തീവണ്ടിമുറിയിൽ വച്ച് വീണ്ടും കണ്ടപ്പോൾ പിടികൂടുകയും ക്ഷുഭിതനായി ഇറക്കിവിടുകയുമാണുണ്ടായത്. ഓടിക്കൊണ്ടിരിക്കുന്ന തീവണ്ടിയിൽനിന്നും ഇറങ്ങിയ യുവതി പാളത്തിൽ വീണു. കൈയിൽ കുട്ടിയുമുണ്ടായിരുന്നു. രണ്ടുപേരും ചതഞ്ഞു മരിച്ചു.

ടിക്കറ്റ് പരിശോധകനെ തിരുപ്പതി സ്റ്റേഷനിൽവച്ച് പൊലീസ് കസ്റ്റഡിയിലെടുത്തു

പരേതാത്മാവിന്റെ നിവേദനം: ബഹുമാനപ്പെട്ട ചിത്തൂർ ജില്ലാ സെഷൻസ് ജഡ്ജ് മുമ്പാകെ ബോധിപ്പിക്കുന്നത്. എന്റെ പേര് ജയമംഗല എന്നാണ്. റെയിൽപാളത്തിൽവച്ചു തയ്യാറാക്കിയ മഹസ്സറിലും പോസ്റ്റുമാർട്ടം റിപ്പോർട്ടിലും അജ്ഞാതയായ ഒരു സ്ത്രീ എന്നാവാം ചേർത്തിരിക്കുന്നത്. പത്രവാർത്തയിലും പേരു കണ്ടില്ല.

ഇത്ര മനോഹരമായ പേര് എനിക്കെങ്ങനെ ഉണ്ടായി എന്ന് ആശ്ചര്യപ്പെടുന്നുണ്ടാവും. പക്ഷേ ഞങ്ങളുടെ നാട്ടിൽ ഇത് വളരെ സാധാരണമായ ഒരു പേരാണ്. സുന്ദരിമാരായ പെൺകിടാങ്ങൾക്കാണ് ഈ പേരിടുക. ഒരു പെൺകുട്ടി ജനിക്കുമ്പോൾതന്നെ അവൾ സുന്ദരിയായിത്തീരുമെന്ന് എങ്ങനെ അറിയും? ജനിക്കുമ്പോഴുള്ള അവളുടെ കരച്ചിൽ കേട്ടാൽ അറിഞ്ഞുകൂടേ? ഞങ്ങളുടെ ഗ്രാമത്തിൽതന്നെ ആറോ ഏഴോ ജയമംഗലമാർ ഉണ്ട്. ഞങ്ങളുടെ ഗ്രാമത്തിലൂടെ ഒഴുകുന്ന നദിയുടെ പേരും ഇതുതന്നെയാണ്.

ജയമംഗല ഞങ്ങളുടെ നിലക്കടലപ്പാടങ്ങൾക്ക് ഇടയിലൂടെ ഒഴുകുന്നു. ഇത് പൊന്നാറിന്റെ ഒരു ഉപനദിയാണ്.

പെന്നാർ മൈസൂറിലെ കോളാറിൽനിന്ന് ഉദ്ഭവിക്കുന്നു. കടപ്പ, നെല്ലൂർ ജില്ലകളിലൂടെ ഒഴുകി ഉടുകുരുവിൽവച്ച് ബംഗാൾ ഉൾക്കടലിൽ ചേരുന്നു. നദികളുടെ കാര്യത്തിൽ ആന്ധ്രാസംസ്ഥാനം സമ്പന്നമാണ്. പ്രസിദ്ധയായ ഗോദാവരിയും കൃഷ്ണയും ഇതിലൂടെ ഒഴുകുന്നു.

ക്ഷമിക്കണം, പറഞ്ഞ് പറഞ്ഞ് ഇപ്പൊഴേ പാളം തെറ്റി. പരേതാത്മാക്കൾക്ക് ഇങ്ങനെയൊരു കുഴപ്പമുണ്ട്. അവർക്ക് പ്രപഞ്ചത്തിലുള്ള എല്ലാ കാര്യങ്ങളെക്കുറിച്ചും അറിവുണ്ട്. അറിവ് നല്ലതുതന്നെ. പക്ഷേ, ഏത് അനവസരത്തിലും അവർ അതൊക്കെ കയറി വിളമ്പും.

എന്റെ മകന്റെ പേര് വിജയഭാസ്ക്കരശേഷഗിരി എന്നാണ്. അമ്പമ്പോ എന്തൊരു പേര് അല്ലേ? അതുകൊണ്ട് ഞങ്ങളവനെ ചിണ്ടു എന്നു വിളിക്കും. ചിണ്ടു എന്നുവച്ചാൽ എന്താണർത്ഥം? ആർക്കറിയാം. പരേതാത്മാവിനുപോലും അറിയില്ലെന്നു പറഞ്ഞാൽ കഴിഞ്ഞല്ലോ. അവന് മൂന്നു വയസ്സാണ്.

പാളത്തിൽ വീണ് ചതഞ്ഞരഞ്ഞ് ഏതാനും നിമിഷങ്ങൾക്കകം ഞാനും അവനും വേർപിരിഞ്ഞു. അവനെ ദേവകന്യകകൾ വന്ന് സ്വർഗ്ഗത്തിലേക്ക് കൂട്ടിക്കൊണ്ടുപോയി. ദൈവത്തിന്റെ മടിത്തട്ടിലായിരിക്കും അവന്റെ സ്ഥാനം.

എനിക്ക് സ്വർഗ്ഗത്തിൽ സ്ഥാനമില്ല. നരകത്തിലേക്കുള്ള അതികഠിനവും ദീർഘവുമായ യാത്രയിലാണ് ഇപ്പോൾ ഞാൻ. അടുത്തൊന്നും ഗതി പിടിക്കുകയില്ല എന്നാണ് അറിഞ്ഞത്. കാരണം, ഞാൻ പാപം ചെയ്തുപോയി. എന്താണെന്നല്ലേ? അതൊക്കെ പിന്നെ പറയാം.

ഞങ്ങളെ തീവണ്ടി മുറിയിൽനിന്ന് ഇറക്കിവിട്ട ടിക്കറ്റ് പരിശോധകനെ അറസ്റ്റ് ചെയ്ത് കേസെടുത്തു എന്ന് അറിഞ്ഞു. ഇപ്പോഴദ്ദേഹത്തെ ജാമ്യത്തിൽ വിട്ടിരിക്കും. ഉത്തരവാദിത്വത്തോടെ ജോലി ചെയ്യുന്നതിനിടയിലുണ്ടായ നിസ്സാര സംഭവമെന്ന നിലയിൽ അദ്ദേഹത്തിന് സ്വാഭാവികമായിത്തന്നെ മാപ്പു കിട്ടാനിടയുണ്ട് എന്ന് എനിക്കു തോന്നുന്നു. നമ്മുടെ സർക്കാർ കടുത്ത സാമ്പത്തിക പ്രതിസന്ധിയെ അഭിമുഖീകരിക്കയാണല്ലോ ഇപ്പോൾ.

1991–92ൽ നമ്മുടെ വിദേശവ്യാപാരക്കമ്മി 300 കോടി ഡോളറാണ്. 92–93ൽ ഇത് 600 കോടിയാവുമെന്നാണ് പ്രതീക്ഷിക്കുന്നത്. നാണ്യപ്പെരുപ്പം 11.43 ശതമാനമായി കുറക്കാൻ കഴിഞ്ഞിട്ടുണ്ട്. എട്ടാം പദ്ധതിയിൽ അഭ്യന്തര ഉല്പാദനവളർച്ച 5.6 ശതമാനമായിരിക്കണമെന്ന് ലക്ഷ്യമിടുന്നു.

ഞാൻ പിന്നെയും അനാവശ്യമായി കാടുകയറുന്നു. ഞാൻ പറഞ്ഞുവന്നത് ഇതാണ്: സർക്കാരിനെ സാമ്പത്തിക പ്രതിസന്ധിയിൽനിന്ന്

കരകയറ്റാൻ വേണ്ടി ഒരു സർക്കാർ ഉദ്യോഗസ്ഥൻ നടത്തിയ ആത്മാർത്ഥ മായ നീക്കം എന്നു കണക്കാക്കി ടിക്കറ്റ് പരിശോധകനെ അറസ്റ്റ്, കോടതി, കേസ് തുടങ്ങിയ സാങ്കേതിക ഇടപാടുകളിൽനിന്ന് മോചിപ്പി ക്കാവുന്നതേയുള്ളൂ. അത് സർക്കാരിന്റെയും നിയമത്തിന്റെയും മുന്നിലെ പ്രശ്നം. ഞാനതിൽ ഇടപെടുന്നില്ല.

പക്ഷേ, ഞാനിവിടെ വെളിപ്പെടുത്താനുദ്ദേശിക്കുന്നത്, അത്തരം പരിഗണനകൾ ഒന്നുമില്ലെങ്കിൽതന്നെയും ടിക്കറ്റ് പരിശോധകൻ കുറ്റ ക്കാരനല്ല എന്നാണ്. അദ്ദേഹം ഞങ്ങളെ യഥാർത്ഥത്തിൽ ഉപദ്രവിച്ചി ട്ടില്ല. സഹായിച്ചിട്ടേ ഉള്ളൂ. ഒരു പകലും രാവും തലച്ചോറു വേവിച്ച് ഞാൻ ആലോചിച്ചു നടന്ന ഒരു പ്രശ്നത്തെ അദ്ദേഹം എത്ര പെട്ടെന്ന് എത്ര ലളിതമായി പരിഹരിച്ചു തന്നു.

പത്രവാർത്തയിൽ അദ്ദേഹം രണ്ടു തീവണ്ടിമുറികളിൽ വച്ച് ഞങ്ങളെ കണ്ടു എന്ന് വിവരിച്ചിരുന്നുവല്ലോ. അദ്ദേഹം ഞങ്ങളെ ഒന്നാം വട്ടം കാണുന്നതിനു മുമ്പ് ഞങ്ങൾ വേറൊരു മുറിയിൽ കയറിയിരുന്നു. യേർഗുന്തലയിൽ വന്നുനിന്ന ആ തീവണ്ടി എങ്ങോട്ടാണ് പോകുന്ന തെന്ന് എനിക്കു നിശ്ചയമുണ്ടായിരുന്നില്ല.

ചിണ്ടുവിനേയും കൊണ്ട് ഞാൻ ആദ്യം കയറിയ മുറിയിൽ ഒട്ടും തിരക്കുണ്ടായിരുന്നില്ല. ധാരാളം സീറ്റുകൾ ഒഴിഞ്ഞുകിടന്നിരുന്നു. നല്ല വസ്ത്രങ്ങൾ ധരിച്ച മാന്യന്മാരായിരുന്നു ആ മുറിയിൽ ഉണ്ടായിരുന്നത്. അവർ പത്രങ്ങൾ വായിക്കുകയും ചൂടുകാപ്പി കുടിക്കുകയും ആയിരുന്നു. ഓ, അപ്പോൾ നേരം പുലരുന്നേ ഉണ്ടായിരുന്നുള്ളൂ.

ചൂടുകാലമായിരുന്നു. പക്ഷേ തീവണ്ടിമുറിയിൽ കയറിയ ഉടനെ ഞങ്ങൾക്ക് തണുക്കാൻ തുടങ്ങി. തണുപ്പുകൊണ്ട് ചിണ്ടു എന്റെ മേൽ കിടന്ന് കിടുങ്ങി. ഞാനവനെ എന്റെ സാരിത്തലപ്പുകൊണ്ട് പുതപ്പിച്ചു.

സീറ്റുകൾ ഒഴിഞ്ഞുകിടന്നിരുന്നുവെങ്കിലും ഞങ്ങൾ ഇരിക്കാ നൊന്നും പോയില്ല. വാതിലിനടുത്തായി ഒരിടത്ത് ചാരി നിന്നതേയുള്ളൂ. അല്പം കഴിഞ്ഞ് കുളിമുറിയിൽ പോയി മടങ്ങുന്ന ഒരു മാന്യൻ ഞങ്ങൾക്കടുത്തു വന്നു. അടുത്ത സ്റ്റേഷനിൽ ഇറങ്ങി മറ്റേതെങ്കിലും മുറിയിൽ കയറുകയാണ് നല്ലതെന്ന് അദ്ദേഹം ഞങ്ങളെ ഉപദേശിച്ചു. ഇവിടെ ഇങ്ങനെ നിൽക്കുന്നതിൽ ചില കുഴപ്പങ്ങളുണ്ട്.

തീവണ്ടി അടുത്ത സ്റ്റേഷനിൽ നിന്നപ്പോൾ ഞങ്ങൾ ഇറങ്ങി. ചിണ്ടു വിന് വിശക്കാൻ തുടങ്ങിയിരുന്നു. സാധാരണ കുട്ടികളെപ്പോലെ വിശക്കുമ്പോൾ കരയുന്ന സ്വഭാവം അവനില്ല. അവൻ മെല്ലെ എന്നോട് ചോദിച്ചു.

"അപ്പം കിട്ടുമോ അമ്മേ?"

അതൊരു വലിയ സ്റ്റേഷനായിരുന്നു. പേരൊന്നും എനിക്കറിയില്ല. ഞാൻ ചിണ്ടുവിന് ഒരു റൊട്ടിയും ഒരു ഗ്ലാസ് പാലും വാങ്ങിച്ചുകൊടുത്തു.

അത് അവൻ കഴിക്കുന്നത് കണ്ടപ്പോഴാണ് തലേ ദിവസം അവന് ഒന്നും വാങ്ങിച്ചുകൊടുത്തിരുന്നില്ലെന്ന് ഞാൻ ഞെട്ടലോടെ ഓർത്തത്.

എന്റെ കൈയിൽ പണം ഉണ്ടായിരുന്നു. പണം കൈയിൽ വച്ചിട്ടാണ് ഞാൻ ടിക്കറ്റ് വാങ്ങാതെ യാത്ര ചെയ്തത് എന്നതാണ് ക്രൂരമായ ഒരു സത്യം. എന്റെ കൈയിലുണ്ടായിരുന്ന പണമാവട്ടെ എനിക്ക് പിന്നീട് വലിയ ആവശ്യമുള്ളതൊന്നുമായിരുന്നില്ല.

വാസ്തവത്തിൽ ടിക്കറ്റെടുക്കുന്നതിനെക്കുറിച്ച് ഞാൻ ഓർത്തിരുന്നില്ല. മുമ്പ് ഞാൻ തീവണ്ടിയിൽ സഞ്ചരിച്ചിരുന്നില്ലെന്നതു ശരിതന്നെ. പക്ഷേ, ഞങ്ങളുടെ ബെലികൊണ്ടയിൽ ധാരാളം ആളുകൾ തീവണ്ടിയിൽ സഞ്ചരിച്ചിട്ടുള്ളവരാണ്. തീവണ്ടിയിൽ സഞ്ചരിച്ചതിന്റെ വീരകഥകൾ അവർ പറയുന്നത് ഞാൻ പലവട്ടം കേട്ടിട്ടുണ്ട്. പക്ഷേ, അവരാരും ടിക്കറ്റെടുക്കുന്നതിനെപ്പറ്റിയോ ടിക്കറ്റിനെപ്പറ്റിപ്പോലുമോ ഒരിക്കലും പറഞ്ഞിരുന്നില്ല.

ടിക്കറ്റെടുക്കാമായിരുന്നു. അങ്ങനെ ചെയ്തിരുന്നുവെങ്കിൽ നല്ല വനായ ആ ടിക്കറ്റ് പരിശോധകനെ രണ്ടുവട്ടം ക്ഷുഭിതനാക്കാതിരിക്കാമായിരുന്നു. രണ്ടാംവട്ടം എന്നെക്കണ്ടപ്പോൾ ദേഷ്യംകൊണ്ട് അദ്ദേഹത്തിന്റെ ചുണ്ടുകൾ വിറകൊള്ളുന്നത് ഞാൻ ശ്രദ്ധിച്ചു. ക്ഷുഭിതനാവുമ്പോൾ രക്തസമ്മർദ്ദം ഉയരുകയാണ്. ഞരമ്പുകൾക്ക് പിരിമുറുക്കം ഉണ്ടാകുന്നു. ബ്ലഡ്പ്രഷർ രോഗമോ ഏതെങ്കിലും സൈക്കോന്യൂറോസിസോ പിടിപെടാൻ സാധ്യതയുണ്ട്. ഞാനതൊന്നും ഓർത്തില്ല. എന്റെ വിവരക്കേട്. പഠിപ്പും വിവരവുമില്ല.

ബെലികൊണ്ടയിൽ പഠിച്ച സ്ത്രീകൾ ആരുമില്ല. ആന്ധ്രാപ്രദേശിലെ സാക്ഷരത 21.2 ശതമാനമാണ്. സ്ത്രീകളുടേത് 10.5 ശതമാനവും. ഞങ്ങൾ പഠിക്കേണ്ട കാര്യമില്ല. എന്റെ ഭർത്താവും പഠിച്ചിട്ടില്ല. പക്ഷേ അദ്ദേഹത്തിനു നല്ല ബുദ്ധിയാണ്. ലോകപരിചയമുണ്ട്.

എന്റെ ഭർത്താവിന്റെ പേര് തിരുവെങ്കിടേശ്വരത്തയ്യ എന്നാണ്. ഇതും ഒരു വലിയ പേര് അല്ലേ? ആളുകൾ അദ്ദേഹത്തെ ദാസപ്പ എന്നാണ് വിളിക്കുക. എന്തുകൊണ്ട് എന്നു ചോദിച്ചാൽ അങ്ങനെ വിളിക്കുന്നു. അദ്ദേഹം വിളി കേൾക്കുന്നു എന്നു മാത്രം. ഞാനദ്ദേഹത്തെ ദാസപ്പ എന്നും വിളിക്കുകയില്ല. നല്ല കാര്യമായി. ഒന്നും വിളിക്കുകയില്ല. സാരിത്തലപ്പ് തലയിലൂടെ വലിച്ച് മുഖംമറച്ച് കണ്ണുകൊണ്ട് ഒന്നു നോക്കുകയേയുള്ളൂ.

ഞാൻ അങ്ങനെ ഒച്ചയനക്കമൊന്നുമില്ലാതെ പിന്നിൽ ചെന്നുനിന്നു നോക്കിയാലും അദ്ദേഹത്തിനറിയാം ഞാൻ വിളിക്കുകയാണെന്ന്. അതെങ്ങനെയാണ്? ആ വിദ്യ പറഞ്ഞുതരാൻ ഇപ്പോൾ നിർവ്വാഹമില്ല. (അല്ലെങ്കിൽതന്നെ എല്ലാ കാര്യങ്ങളും ഒരു നിവേദനത്തിൽ ഉൾക്കൊള്ളിക്കുന്നതിൽ എന്താണ് അർത്ഥം?)

ഞാനിങ്ങനെ പറയുന്നതു കേട്ടാൽ തോന്നും അദ്ദേഹം ഇപ്പോഴും തന്റെ കോണകവുമുടുത്ത് തലയിൽ കെട്ടുമായി നിലക്കടലപ്പാടത്ത് തൂമ്പകൊണ്ട് ചാലുകീറി അങ്ങനെ വിരാജിക്കുന്നുണ്ടാവുമെന്ന്. അദ്ദേഹം മരിച്ചുപോയി കേട്ടോ. പ്രത്യേകിച്ച് അസുഖമൊന്നും ഉണ്ടായിരുന്നില്ല. ഒരു ചെറിയ പനി.

പനി എന്നുവച്ചാൽ വല്ല അസുഖവുമാണോ? അദ്ദേഹത്തിനു മാസത്തിൽ ഒന്നുരണ്ടു വട്ടം പനി വരാറുണ്ട്. അല്ലഗഡ്ഡയിലെ ആശുപത്രിയിലേക്ക് പനിക്കുള്ള മരുന്നു വാങ്ങിക്കാൻ അദ്ദേഹം എത്രയോ തവണ പോയിരിക്കുന്നു. ഇപ്രാവശ്യം മരുന്നുവാങ്ങാതെ മടങ്ങിവരുമെന്ന് ആരറിഞ്ഞു?

മരിച്ചപ്പോൾ അദ്ദേഹത്തോട് എനിക്ക് നല്ല ദേഷ്യം തോന്നി. യാതൊരനക്കവുമില്ലാതെ അങ്ങനെ പല്ലിളിച്ച് കിടക്കുകയാണ്. ഒരു ചിന്തയുമില്ല. ഒരു മരണവീട്ടിൽ എത്രയെത്ര ആളുകൾവരും. ഒരു മണി അരിയില്ല. മരണമന്വേഷിച്ചുവരുന്നവർക്ക് തളിർവെറ്റിലകൂട്ടി നന്നായിട്ടൊന്നു മുറുക്കണം. രണ്ടു വർത്തമാനം പറയണം. ചെല്ലപ്പെട്ടിയിൽ ഒരു തുണ്ടു പുകയില പോലുമില്ല. ആളുകൾ ഓരോരുത്തരായി കയറിവന്നപ്പോൾ നാണംകൊണ്ട് ഞാൻ തല തിരിച്ചു.

ബെലികൊണ്ടയിലെ നിലക്കടലപ്പാടങ്ങൾ കരാറെടുത്തിരിക്കുന്നത് മല്ലയ്യയാണ്. മല്ലികാർജ്ജുനറാവു എന്നാണ് അദ്ദേഹത്തിന്റെ ശരിക്കും പേര്. അദ്ദേഹം വിജയവാഡക്കാരനാണ്. ഒരു നല്ല മനുഷ്യൻ. ഭർത്താവ് മരിച്ച് ഒരാഴ്ച കഴിഞ്ഞപ്പോൾ അദ്ദേഹം ഞങ്ങളുടെ വീട്ടിൽ വന്നു.

മല്ലയ്യ തൂവെള്ള ജുബ്ബയും പൈജാമയുമാണ് ധരിച്ചിരുന്നത്. ഇറയത്തെ പുല്ലുപായയിൽ ചമ്രംപടിഞ്ഞിരുന്ന് അദ്ദേഹം പുകവലിച്ചു. എന്റെ ഭർത്താവിനെപ്പറ്റി വളരെയേറെ കാര്യങ്ങൾ മല്ലയ്യ പറഞ്ഞു: നിലക്കടലയുടെ ഇട കിളക്കാൻ ദാസപ്പയെപ്പോലെ അറിയാവുന്ന മറ്റൊരു പണിക്കാരനില്ല. കടലയുടെ മൂപ്പുനോക്കാനും അവൻതന്നെ വേണം. ദാസപ്പ കെട്ടിയ വേലിയുടെ ആയുസ്സ് മൂന്നുകൊല്ലമാണ്.

പോകാൻ നേരത്ത് മല്ലയ്യ ഒരു കടലാസ് തന്നു. ഞാനത് നന്നായി നോക്കി കേട്ടോ. എനിക്കൊരു പിടിയും കിട്ടിയില്ല. മല്ലയ്യതന്നെ വിസ്തരിച്ചു പറഞ്ഞുതന്നു. ചെറിയൊരു കണക്കാണത്. പലപ്പോഴായി ദാസപ്പ പറ്റിയ പണത്തിന്റെ വിവരം.

വിനായകചതുർത്ഥിക്ക് വാങ്ങിച്ചത് നൂറു രൂപ. ചിണ്ടുവിനെ ആശുപത്രിയിൽ കൊണ്ടുപോകാൻ വാങ്ങിച്ചത് അമ്പതു രൂപ. അമ്മ മരിച്ചപ്പോൾ കൊടുത്തയച്ചത് നൂറു രൂപ. പിന്നെ പലവട്ടം അല്ലറ ചില്ലറയായി ഒരമ്പതു രൂപ. ആകെ മുന്നൂറു രൂപ.

സൗകര്യംപോലെ പണം തന്നാൽ മതിയെന്ന് മല്ലയ്യ പറഞ്ഞു. ഞാൻ തലയാട്ടി. ഞാനാ കടലാസ്സ് അരിഭരണിയിൽ ഭദ്രമായി ഇട്ടുവച്ചു. ഭരണി

ഒഴിഞ്ഞുകിടക്കുകയായിരുന്നു. ചിണ്ടുവിന് കൂവരകുകൊണ്ട് അപ്പമുണ്ടാ ക്കിയാണ് കൊടുത്തിരുന്നത്.

ഇത്തവണ ഞങ്ങളുടെ കൂവരക് വളരെ മോശമായിപ്പോയി. ഇടമഴ കിട്ടിയില്ല. കൊടുംവേനലിൽ പുല്ലുകൾ ഉണങ്ങി. കൃഷിക്കാർ കന്നുകാലി കളെ അഴിച്ചുവിട്ടു. ജയമംഗല വറ്റി വരണ്ടു. മാവുകൾപോലും പൂക്കുക യുണ്ടായില്ല. തീ മുറിഞ്ഞു വീഴുന്ന വെയിലിനെനോക്കി എല്ലായ്പ്പോഴും ഉമ്മറത്ത് ഞാനിരുന്നു.

രണ്ടാഴ്ച കഴിഞ്ഞിട്ടാണ് പിന്നെ മല്ലയ്യ വന്നത്. കൊടുക്കാനുള്ള പണത്തിന്റെ കാര്യമൊന്നും പറഞ്ഞില്ല. ഞങ്ങളെ രക്ഷിക്കാനാണ് അദ്ദേഹം ശ്രമിച്ചത്. വളരെ നേരം പുകവലിച്ച് അദ്ദേഹം ഒരു പോംവഴി കണ്ടെത്തി.

യേർഗുന്തലയിൽ ഹൈദരാബാദുകാരനായ ഒരു റാവു കമ്പനി നട ത്തുന്നുണ്ട്. അദ്ദേഹം ബംഗ്ലാവുവച്ച് താമസിക്കുകയാണ്. നല്ല ഹൃദയ മുള്ള മനുഷ്യനാണ്. അഗതികൾക്കും ആശ്രിതർക്കും സഹായം നൽകും. പൊതുകാര്യങ്ങൾക്ക് പണം കൊടുക്കും. ഹൈദരാബാദിൽ തന്റെ അച്ഛന്റെ നാമധേയത്തിൽ അദ്ദേഹം രണ്ടു ഹൈസ്കൂളുകളും ഒരു പോളിടെക്നിക്കും നടത്തുന്നുണ്ട്. അദ്ദേഹവുമായി മല്ലയ്യയ്ക്ക് അടുപ്പമുണ്ട്. ഈയിടെയായി മല്ലയ്യയുടെ നിലക്കടല വാങ്ങുന്നത് റാവു വാണ്.

റാവുവിന്റെ അടുത്ത് ഞാൻ നേരിട്ട് ചെല്ലണമെന്ന് മല്ലയ്യ പറഞ്ഞു. കുറച്ചു സമയം അദ്ദേഹത്തിന്റെ കൂടെ കഴിയുകയും വേണം. അദ്ദേഹം സഹായിക്കാതിരിക്കില്ല.

എന്റെ ചിണ്ടു മല്ലയ്യ കൊണ്ടുകൊടുത്ത നാരങ്ങാമിഠായി തിന്നുക യായിരുന്നു. ഞാൻ മല്ലയ്യയോട് എതിർത്തൊന്നും പറഞ്ഞില്ല. ഞാന പ്പോൾ മാനസികമായി ധാരാളം വിഷമിച്ചു എന്നൊന്നും കരുതേണ്ട. ഞാൻ വെറുതെ ചിരിച്ചുകൊണ്ടുനിന്നു.

എന്തിനാണ് ചിരിച്ചത്? അതൊരു ചെറിയ സൂത്രമാണ്, കുറച്ചു ദിവസങ്ങളായി വിശപ്പ് എന്നെ വല്ലാതെ ശല്യപ്പെടുത്തുന്നുണ്ടായിരുന്നു. നന്നായി വിശക്കുമ്പോൾ എവിടെയെങ്കിലുമൊന്നു കിടക്കണം. എണീറ്റു നിൽക്കുകയാണെങ്കിൽ ഇടയ്ക്ക് ചെറുതായി തലചുറ്റും. അപ്പോൾ ഞാൻ ചിരിക്കും. തലചുറ്റൽ പമ്പകടക്കുകയും ചെയ്യും.

കുറച്ച് ദിവസം കഴിഞ്ഞ് മല്ലയ്യ വന്നു. ഞാനും ചിണ്ടുവും കൂടി അദ്ദേ ഹത്തിന്റെ കൂടെ പുറപ്പെട്ടു. ആദ്യം മല്ലയ്യയുടെ തോട്ടത്തിലെ കൂടാര ത്തിലേക്കാണ് പോയത്. രാത്രി അവിടെ കഴിയാമെന്നും പിറ്റേന്ന് കാലത്ത് യേർഗുന്തലയിലേക്ക് പോകാമെന്നും അദ്ദേഹം പറഞ്ഞു.

രാത്രിയിൽ ഞങ്ങളുറങ്ങുമ്പോൾ മല്ലയ്യ അടുത്തുവന്നു. എനിക്ക് അദ്ദേഹത്തോട് വിരോധമൊന്നും തോന്നിയില്ല. എന്തിനു വിരോധം

തോന്നണം? അദ്ദേഹം ചിട്ടയോടെ തന്റെ ജോലി നിർവ്വഹിക്കുകയാണ്. വളരെയേറെ കിതച്ചും വിഷമിച്ചും.

പിറ്റേന്ന് എന്നെയും ചിണ്ടുവിനേയും യേർഗുന്തലയിലെ റാവുവിന്റെ ബംഗ്ലാവിൽ കൊണ്ടുവിട്ട് മല്ലയ്യ തിരിച്ചുപോയി. ഒരു പരിചാരകൻ ഞങ്ങളെ എതിരേറ്റു. കുട്ടിയെ പുറത്തു നിർത്തണമെന്ന് അയാൾ ആവശ്യപ്പെട്ടു.

ഞാൻ ചിണ്ടുവിനെ അരമതിലിന്റെ അരികിൽ നിറുത്തി. ചിണ്ടു മറ്റു കുട്ടികളെപ്പോലെയല്ല. അവന് പറഞ്ഞാൽ മനസ്സിലാവും. അമ്മ വരുന്നതു വരെ അവിടെയിരുന്ന് കളിക്കണമെന്ന് ഞാൻ അവനോട് ആവശ്യപ്പെട്ടു. ഉത്സാഹത്തോടെ അവൻ ചോദിച്ചു.

“ഞാൻ കന്നും പുലിയും കളിക്കട്ടെ.”

ഞാൻ സമ്മതിച്ചു.

അകത്ത് മുറിയിൽ ആടുന്ന കട്ടിലിൽ റാവു ഇരുപ്പുണ്ടായിരുന്നു. മേശപ്പുറത്ത് നിറയെ കുപ്പികളും ഗ്ലാസുകളും പ്ലേറ്റുകളുമാണ്. ഒരു പ്ലേറ്റിൽ നിന്നും മസാല ചേർത്ത് പുഴുങ്ങിയ നിലക്കടല അദ്ദേഹം കോരി തിന്നുകൊണ്ടിരുന്നു.

ഞാൻ ഒരുവിധം പരുങ്ങി അവിടെ നിന്നു. മല്ലയ്യ പറഞ്ഞയച്ചതാണെന്ന് പരിചാരകൻ പരിചയപ്പെടുത്തി. റാവുവിന്റെ ചുവന്ന മുഖത്ത് പ്രത്യേകിച്ച് ഭാവഭേദമൊന്നും ഉണ്ടായില്ല.

പെട്ടെന്ന് അദ്ദേഹം കൈയെത്തിച്ചു പിടിച്ച് എന്റെ സാരിക്കുത്ത് മുൻവശം താഴ്ത്തി. എന്റെ വയർ വെളിപ്പെട്ടു. അപകർഷതാബോധം കൊണ്ട് ഞാൻ വളഞ്ഞുപോയി.

അത്തരം ഒരു പകൽ വേളയിൽ വെളിവാക്കപ്പെട്ടുപോയ വയറിനെയോർത്ത് ഞാൻ ലജ്ജിക്കാതെ എന്തു ചെയ്യും? ഞങ്ങൾ ബെലികൊണ്ടയിലെ പെണ്ണുങ്ങൾ ഏറ്റവും രഹസ്യമാക്കി കൊണ്ടുനടക്കുന്ന അവയവമാണ് അത്. ദാസപ്പ മരണംവരെ എന്റെ വയർ കണ്ടിട്ടുമില്ല. തൊട്ടിട്ടുമില്ല. മരണത്തിനുശേഷം അദ്ദേഹം എല്ലാം കാണുന്നുണ്ടാവണം. പരേതാത്മാക്കൾക്കു മുന്നിൽ യാതൊന്നും മറച്ചുവയ്ക്കപ്പെടുന്നില്ല.

റാവു പ്ലേറ്റിലുണ്ടായിരുന്ന നിലക്കടല മുഴുവൻ വേഗം തീർത്തു. എനിക്ക് പുഴുങ്ങിയ നിലക്കടല ഇഷ്ടമല്ല. വിളവെടുപ്പു കഴിഞ്ഞാൽ ഞങ്ങൾ നിലക്കടല വറുത്തു പൊടിക്കും. അരിപ്പൊടി ചേർത്ത് അപ്പമുണ്ടാക്കും. ബെലികൊണ്ടയിൽ മാത്രം ഇരുപത്തിയഞ്ച് ഏക്കർ സ്ഥലത്ത് നിലക്കടല കൃഷി ചെയ്യുന്നുണ്ട്. നിലക്കടല കൃഷിയിൽ രാജ്യത്ത് മൂന്നാം സ്ഥാനമാണ് ആന്ധ്രാപ്രദേശിനുള്ളത്.

315 ലക്ഷം ഏക്കറാണ് സംസ്ഥാനത്തെ മൊത്തം കൃഷിഭൂമി. പത്തു ശതമാനം ഭാഗത്തു മാത്രമാണ് എണ്ണക്കുരുക്കൾ കൃഷിചെയ്യുന്നത്.

6.25 ശതമാനം സ്ഥലവും ധാന്യങ്ങൾക്കുവേണ്ടിയാണ്. ധാന്യങ്ങളുടെ കാര്യത്തിൽ ആന്ധ്ര ഒരു മിച്ച സംസ്ഥാനമാണ്.

പിന്നെയും സ്ഥിതിവിവരക്കണക്കുകൾ. ഒരുവിധം സാരിയും ജാക്കറ്റുമൊക്കെ വലിച്ചുചുറ്റി ഞാൻ പുറത്തുകടന്നു.

മുറ്റത്ത് ചിണ്ടു കളി നിറുത്തി എന്നെ കാണാതെ പേടിച്ചിരിക്കുകയായിരുന്നു. ഞാൻ വേഗം ചെന്ന് അവനെ എടുത്തു. അന്നേരം പതിവില്ലാത്തവണ്ണം അവൻ എന്നെ ഇറുകിപ്പിടിച്ചു കരയാൻ തുടങ്ങി.

ഞാൻ അവനെയും തോളിലിട്ട് ബെലികൊണ്ടയിലേക്ക് നടന്നു. സത്യം പറയണമല്ലോ, അപ്പോൾ എനിക്കു വിശക്കുന്നുണ്ടായിരുന്നില്ല. മല്ലയ്യയോട് എന്താണ് പറയേണ്ടതെന്നോർത്താണ് ഞാൻ വിഷമിച്ചത്. പണത്തിന്റെ കാര്യം ഞാൻ റാവുവിനോട് പറഞ്ഞിരുന്നില്ല.

പക്ഷേ മല്ലയ്യ വിഷമമൊന്നും പറഞ്ഞില്ല. പണത്തിന്റെ കാര്യം ചോദിച്ചതേയില്ല. സമയം വൈകിയിരുന്നതുകൊണ്ട് ആ രാത്രിയും ഞങ്ങൾ അദ്ദേഹത്തിന്റെ കൂടാരത്തിൽ കഴിഞ്ഞു.

പിറ്റേന്ന് പുലർച്ചക്കെഴുന്നേറ്റ് ഞാനിറങ്ങി. ഷർട്ടിന്റെ പോക്കറ്റിൽനിന്നും മുപ്പതു രൂപയെടുത്ത് മല്ലയ്യ എനിക്കു തന്നു. വേണ്ടെന്നു ഞാൻ കുറെ പറഞ്ഞു. പക്ഷേ, അദ്ദേഹം സമ്മതിച്ചില്ല.

ചിണ്ടുവിനെയുംകൊണ്ട് ഞാൻ നടന്നു. വീട്ടിലേക്കല്ല യേർഗുന്തലയിലേക്ക്. എന്തുകൊണ്ടാണ് വീട്ടിൽ പോകാതിരുന്നതെന്നു ചോദിച്ചാൽ നിശ്ചയം പോര. (ചില ചോദ്യങ്ങൾക്ക് പരേതാത്മാക്കൾക്കുപോലും ഉത്തരം കിട്ടുകയില്ല.)

യേർഗുന്തലയിലേക്കുള്ള ടാറിട്ട നിരത്ത് എനിക്കു പരിചയമായിക്കഴിഞ്ഞിരുന്നു. സൂര്യൻ മരച്ചില്ലകൾക്കിടക്ക് ഒളിച്ചു കളിക്കുകയായിരുന്നു. ജയമംഗല എനിക്കു പിറകിൽ വരണ്ടുണങ്ങി നിശ്ചലം കിടന്നു. ചിണ്ടു എന്റെ തോളിൽ കിടന്ന് ഉറങ്ങുകയായിരുന്നു.

കുറെ നടന്നപ്പോൾ റോഡിനു സമാന്തരമായി റെയിൽപാളങ്ങൾ കണ്ടു. ഒരു കൗതുകത്തിന് ഞാൻ പാളത്തിനരികിലൂടെ നടന്നു. നടന്നു നടന്ന് ഞാൻ വശംകെട്ടു എന്നു പറഞ്ഞാൽ മതിയല്ലോ.

യേർഗുന്തലയിലെ തീവണ്ടിയാപ്പീസിൽ ഞാൻ ചെന്നു കയറി. ഓർക്കണം. പണം കൈയിൽവെച്ച് ടിക്കറ്റെടുക്കാതെ ഞാൻ പ്ലാറ്റുഫോമിനകത്തു കടന്നു. ഒരു പകുതി പകലും രാത്രിയും അവിടെ കഴിച്ചു കൂട്ടി.

പ്ലാറ്റ്ഫോമിലെ സിമന്റ് ബഞ്ചിനു പിറകിൽ ഞാനും ചിണ്ടുവും പതുങ്ങിയിരുന്നു. ഇടക്കു വരുന്ന തീവണ്ടിയുടെ ഹെഡ്‌ലൈറ്റിൽ പാളങ്ങൾ മിന്നിത്തിളങ്ങി. എത്രയോ തീവണ്ടികൾ അങ്ങോട്ടുമിങ്ങോട്ടും കടന്നുപോയി. പാളങ്ങളിൽ ചക്രങ്ങളുരസുന്ന ഭീകരമായ സംഗീതം കേട്ടുകൊണ്ടിരുന്നു. എപ്പോഴോ ഞാനൊന്നു മയങ്ങിയിരിക്കണം.

നമ്മുടെ സംസ്ഥാനത്ത് ഇപ്പോൾ തീവണ്ടിസർവ്വീസുകൾ കൂടിയിട്ടുണ്ട്. റെയിൽവെ ലൈനുകളുടെ മൊത്തം നീളം ഇപ്പോൾ 4672 കിലോ മീറ്ററാണ്. അതിൽ എഴുപതു ശതമാനവും ബ്രോഡ്ഗേജായിക്കഴിഞ്ഞു. മദ്രാസ്-കൽക്കത്ത റൂട്ടിൽ രാജമന്ദ്രിയിൽ ഗോദാവരിക്കു കുറുകെ 2.7 കിലോമീറ്റർ നീളമുള്ള പാലം പണി തീർന്നിരിക്കുന്നു. നന്ദ്യാലിൽ നിന്നുള്ള റാവുവാണല്ലോ ഇപ്പോൾ ഇന്ത്യ ഭരിക്കുന്നത്.

പുലർച്ചയ്ക്ക് രായലസീമ എക്സ്പ്രസ്സ് ഗർജ്ജിച്ചുകൊണ്ട് വന്നു നിന്നപ്പോൾ ഞാനുണർന്നു. ഇങ്ങനെ ഇരിക്കുന്നത് നിഷ്പ്രയോജനമാണെന്ന് എനിക്കു ബോദ്ധ്യമായി. തീവണ്ടിയാപ്പീസ് എന്റെ യാത്രയിലെ ഒരു വഴിയമ്പലം മാത്രമാണ് ദാസപ്പയും ഞാനും ഒന്നിച്ചു പാർത്തിരുന്ന ഞങ്ങളുടെ കുടിൽ. മല്ലയ്യയുടെ കൂടാരം. റാവുവിന്റെ ബംഗ്ലാവ്. എല്ലാം വഴിയമ്പലങ്ങൾ മാത്രമാണ്. എനിക്കിപ്പോൾ നന്നായറിയാം. ഭൂമിയിലെ ജീവിതം ക്ഷണികമാണ്. അനന്തവും അവിരാമവുമായ യാത്ര ആരംഭിക്കാനിരിക്കുന്നതേയുള്ളു.

പണം കൈയിൽവച്ച് ടിക്കറ്റെടുക്കാതെ ഞാൻ തീവണ്ടിയിൽ മുറിയിൽ കടന്നു. അതും ആദ്യം നല്ല നീലനിറമുള്ള ഫസ്റ്റ് ക്ലാസ് എയർകണ്ടീഷൻ ചെയർകാറിൽ.

റെയിൽവേ നമ്മുടെ ഏറ്റവും വലിയ പൊതുമേഖലാ സ്ഥാപനമാണ്. റെയിൽവേ ലൈനുകളുടെ കാര്യത്തിൽ ലോകരാഷ്ട്രങ്ങളിൽ നാലാംസ്ഥാനമാണ് നമുക്കുള്ളത്. 10377.3 കോടിയാണ് ഇന്ത്യൻ റെയിൽവേയുടെ മൊത്തം ആസ്തി. അറ്റകുറ്റപ്പണികൾക്കു മാത്രമായി കോടിക്കണക്കിനു രൂപയാണ് ഓരോ ബജറ്റിലും വകകൊള്ളിക്കുന്നത്.

പക്ഷേ ടിക്കറ്റെടുക്കാത്ത യാത്രക്കാർ അനുദിനം പെരുകിക്കൊണ്ടിരിക്കുന്നു. ചിത്തൂർനിന്നും, കടപ്പയിൽനിന്നും ഗുന്തക്കൽനിന്നും അവർ ആർത്തിരമ്പി തീവണ്ടിമുറികളിൽ കയറിപ്പറ്റുന്നു. ഭാണ്ഡവും കൊട്ടയും തൂമ്പയും നീണ്ട വടികളും കുട്ടികളും അഴുക്കുപുരണ്ട വസ്ത്രങ്ങളും കലപില വർത്തമാനങ്ങളും - ഏത് നരകത്തിലേക്കാണ് ഇവർ യാത്ര ചെയ്യുന്നത്?

ഓ, ഞാൻ പിന്നെയും പാളം തെറ്റിയിരിക്കുന്നു. ∎

മരിച്ചവരുടെ കടൽ

കടലിനടുത്ത് നിൽക്കുന്ന ഈ പഴയ കെട്ടിടം ഒരു കസ്തൂർബാ സദനമാണ്. ഒരു ബോർഡ് ഇപ്പോഴും ഞാന്നു കിടക്കുന്നുണ്ട്. അതിലെ ചായമിളകി അക്ഷരങ്ങൾ മാഞ്ഞുപോയി. കെട്ടിടത്തിന് കാര്യമായ കേടുപാടുണ്ട്. മേൽക്കൂരയിൽ ഒരു മൂല ഇടിഞ്ഞതാണ്. ഓടുകൾ പലതും തകർന്നിരിക്കുന്നു. ചുമരിൽ പലേടത്തും കുമ്മായം അടർന്നുപോയി. കുമ്മായമവശേഷിക്കുന്നേടത്ത് പണ്ട് നടന്ന ഒരു തെരഞ്ഞെടുപ്പിന്റെ ചുമരെഴുത്തു കാണാം.

ഈ സദനത്തിന് ഇപ്പോൾ ഔദ്യോഗികമായ അംഗീകാരമില്ല. പരിശോധനയ്ക്കോ മറ്റോ ആയി ഉദ്യോഗസ്ഥന്മാർ ആരും ഇവിടെ വരാറില്ല. ഉപയോഗിക്കാതെ പഴകിപ്പോയ ചർക്കകളും മറ്റ് ഉപകരണങ്ങളും മുറികളിൽ പൊടിപിടിച്ചു കിടക്കുന്നു.

അടുത്തകാലത്ത് വനംവകുപ്പുകാർ വെച്ചുപിടിപ്പിച്ച അക്കേഷ്യാമരങ്ങൾ തഴച്ചു വളർന്ന് കെട്ടിടത്തെ മറച്ചിരിക്കുന്നു. മുറ്റത്തും മേൽക്കൂരയിലും നിറയെ കരിയിലകളാണ്. കടപ്പുറത്ത് കാറ്റുകൊള്ളാനെത്തുന്നവർ അത്ര പെട്ടെന്ന് ഈ കെട്ടിടം കാണുകയില്ല.

പണ്ട് സ്കൂളുകളിൽനിന്ന് കടൽ കാണാനെത്തുന്ന കുട്ടികൾ ഇവിടെ കയറാറുണ്ട്. കൊണ്ടുവരുന്ന ഉച്ചഭക്ഷണം അവർ ഇവിടെ നിരന്നിരുന്ന് കഴിക്കും. വിവിധതരം ചർക്കകൾ പ്രവർത്തിക്കുന്നതും സോപ്പുണ്ടാക്കുന്നതും പുസ്തകം ബൈന്റ് ചെയ്യുന്നതും കുട്ടികൾക്ക് നേരിട്ടു കാണാമായിരുന്നു. കിലുകിലെ ശബ്ദമുണ്ടാക്കുന്ന നിരവധി സ്ത്രീകൾ അന്നിവിടെ ഉണ്ടായിരുന്നു. പരിസരത്തിന് സ്ത്രീകളുടെ ലാവണ്യം കലർന്ന മണമായിരുന്നു.

ഇപ്പോൾ ഇവിടെ നിശ്ശബ്ദമാണ്. കടലിൽനിന്ന് അക്കേഷ്യാ മരങ്ങളെ ഉലച്ചുകൊണ്ട് വീശുന്ന കാറ്റിന്റെ ശബ്ദം മാത്രമേയുള്ളൂ. വർഷങ്ങൾക്കുശേഷം ഇന്ന് സ്ഥാപനത്തിന്റെ ആജീവനാന്തകാര്യദർശി സൗമിനി ടീച്ചർ ഒരു ചർക്ക പൊടി തുടച്ചെടുത്തു. അതിന്റെ ചക്രങ്ങൾക്ക് എണ്ണകൊടുത്തു. നിലത്ത് ചമ്രം പടിഞ്ഞിരുന്ന് അവർ നൂൽനൂൽക്കാൻ തുടങ്ങി.

അനുസരണയുള്ള കുട്ടിയെപ്പോലെ നൂൽ പഞ്ഞിയിൽനിന്ന് പുറത്തുവന്ന് ചുറ്റിക്കൊണ്ടിരുന്നു. പൊടി പറന്നപ്പോഴുണ്ടായ മൂക്കൊലിപ്പ് സൗമിനിടീച്ചറെ വലച്ചു. തോൾഭാഗം ചുളിച്ച് ജാക്കറ്റിന്മേലാണ് അവർ മൂക്കു തുടയ്ക്കുന്നത്. സിമന്റടർന്നുപോയ തറയിലിരിക്കുക മൂലം വെള്ള ഖദർസാരി മുഷിഞ്ഞു. മെലിഞ്ഞ കൈകളുടെ മുഴുവൻ ശക്തിയും ചെലുത്തേണ്ടിവന്നു ചർക്ക തിരിഞ്ഞുകിട്ടാൻ.

ഈ സ്ഥാപനത്തിലുള്ള അപരൻ ഉലഹന്നാൻചേട്ടൻ എന്ന വൃദ്ധനാണ്. അദ്ദേഹം കടലിലേക്ക് നോക്കിക്കൊണ്ട് വാതിൽപ്പടിയിലിരിപ്പാണ്. മഴക്കാലം തുടങ്ങിയതോടെ കടലിന്റെ മട്ടുമാറി. അത് വിശക്കുന്ന വന്യമൃഗത്തെപ്പോലെയായി. കാടുപോലെ കറുത്തിരുണ്ടു. കടപ്പുറത്ത് ചാരവും എല്ലുകളും പ്ലാസ്റ്റിക് ഉറകളും അടിഞ്ഞുകൂടി. മഴത്തുള്ളികളെ പറത്തുന്ന കാറ്റ് സദാ വീശിക്കൊണ്ടിരുന്നു.

മഴക്കാലത്ത് ഇത് മരിച്ചവരുടെ കടപ്പുറമാണ്. വാവിന് ബലിയിടുന്നതിന് ഈ സ്ഥലം പ്രസിദ്ധമാണ്. മരിച്ച പിതൃക്കളുടെ അസ്ഥി നിറച്ച കുടങ്ങളുംകൊണ്ട് ധാരാളം പേർ നിത്യേന വരും. മഴക്കാലത്ത് മരണങ്ങൾ കൂടുതലാണ്.

മണലിൽ ഒരു നിലവിളക്ക് കത്തിച്ചുവെക്കും. കുടംപൊട്ടിച്ച് കടലിലെറിയും. ചാരം നിറച്ച ചാക്ക് കെട്ടഴിച്ച് തിരയിലൊഴുക്കും. തീർന്നു. ചടങ്ങുകൾ ലളിതമാണ്. പിന്നീട് തിരയടിക്കുമ്പോൾ കരിഞ്ഞ അസ്ഥിക്കഷണങ്ങളും മൺപാത്രപ്പൊളിയും കരിയും കരയിലേക്കു കയറി വരും.

ഇന്നലെ രാത്രി മുഴുവൻ കടലിന്റെ ഭീകരമായ ശബ്ദം ഉണ്ടായി. പുലരാൻ നേരത്ത് കുറച്ചൊന്നു പതുക്കെയായി. വെളുപ്പിന് ഒരു കിരുകിരുപ്പ്മാത്രം കേട്ടാണ് ഉലഹന്നാൻചേട്ടൻ ഉറക്കമുണർന്നത്. ഉമ്മറത്തിരുന്ന് സൗമിനിടീച്ചർ നൂൽനൂൽക്കുകയാണ്.

അവർ ചിന്താവിഷ്ടയാണ്. അവരെ അങ്ങനെ നോക്കിക്കൊണ്ടിരിക്കെ ഉലഹന്നാൻചേട്ടന് ചിരിവന്നു. അവരുടെ അവശേഷിച്ച പല്ലുകളിലൊരെണ്ണം തെന്നിത്തെറിച്ച് അടഞ്ഞ ചുണ്ടുകൾക്കിടയിലൂടെ പുറത്തേക്കു നീണ്ടിരുന്നു. ആരോടെന്നില്ലാതെ അവർ പിറുപിറുത്തു:

"തൃപ്രയാറ്റേകാദശ്യാണ് ആദ്യം. അതു കഴിഞ്ഞാ ഗുരുവായൂര്. കടലാശ്ശേരി വാവാറാട്ട്. ആറാട്ടുപൊഴ പൂരം. ഇരിങ്ങാലക്കൊട ഉൽസവം. അതുകഴിഞ്ഞാ കഴിഞ്ഞു!"

കടലിന്റെ ശബ്ദം പശ്ചാത്തലമായിട്ടുള്ള ഒരു സിനിമാരംഗം പോലെയാണ് ഉലഹന്നാൻചേട്ടന് തോന്നിയത്. ഈ സ്ത്രീ ഏറെ മെലിഞ്ഞു. ആസ്ത്മകൊണ്ട് അവരുടെ നെഞ്ചിൻകൂട് ഒരു പ്രാവിന്റേതുപോലെ ആയി. മുഖത്ത് എന്തൊക്കെയോ നിശ്ചയങ്ങളുറഞ്ഞ മരവിപ്പു മാത്രം.

സാധാരണ ഉലഹന്നാൻചേട്ടൻ ഉണർന്നുവരുമ്പോഴേക്കും അവർ കുളിച്ച് വസ്ത്രം മാറി പുറത്തുകടക്കാറുണ്ട്. ഒരു തോൽബാഗും പിടിച്ച് അവർ ഹൈവേയിലേക്ക് ചെല്ലും. റോഡിനിരുവശവും കമനീയാകൃതിയിൽ പണിതുയർത്തിയിട്ടുള്ള പുതിയ വീടുകളാണ്. വീടുകളിൽ കയറിച്ചെന്ന് അധികാരസ്വരത്തിൽ അവർ വിളിച്ചു പറയും:

"സൗമിനിടീച്ചർ വന്നേട്ക്കണു. സദനത്തിലിക്കൊള്ള സംഭാവന എടുത്തോളൂ."

"ഒരു സൗമിനിടീച്ചർ വന്നിരിക്കുന്നു, അമ്മേ."

"ഓഹോ, അവർ വന്നോ?"

അകത്തുനിന്നു വീട്ടമ്മയുടെ ഒച്ചകേൾക്കാം. ഒന്നോ രണ്ടോ രൂപ അവർക്ക് കിട്ടും. ഒപ്പം വീട്ടമ്മയുടെ കനംവെച്ച ഒരു കുത്തുവാക്കും:

"പണ്ട് സോപ്പും തേനും ചന്ദനത്തിരീം വിറ്റുനടന്ന സ്ത്രീയല്ലേ നിങ്ങള്? ഇപ്പഴെന്താ ഭിക്ഷാടനം?"

"ഭിക്ഷാടനമല്ല, ഗാന്ധി സ്മാരകത്തിനൊള്ള സംഭാവന്യാണ്. കടപ്പൊറത്ത് ഏഴുനെലമാളിക പണിയണുണ്ട്. ഗുജ്റാളാ ഉദ്ഘാടനം. നായനാരും വരും. ഗാന്ധീടെ പ്രതിമ, കേളപ്പന്റെ പ്രതിമ, എഴുത്തച്ഛന്റെ പ്രതിമ, കര്ണാകരന്റെ പ്രതിമ, മുരളീടെ പ്രതിമ ഒക്കേണ്ടാവും."

പണ്ട് സദനത്തിലെ അന്തേവാസികൾ അവതരിപ്പിച്ച 'ത്യാഗത്തിന്റെ പ്രതിഫലം' എന്ന നാടകം ഉലഹന്നാൻചേട്ടന് ഓർമ്മ വന്നു. ഈ സ്ത്രീ അതിൽ ശീലാവതിയായി അഭിനയിച്ചു. ഒരു രംഗത്തിൽ മുടിയിൽ മുല്ലപ്പൂ ചൂടിയാണ് അവർ പ്രത്യക്ഷപ്പെട്ടത്. 'മതി, മതി ദേവീ പരീക്ഷണം...' എന്ന പാട്ടുപാടി കരഞ്ഞുകൊണ്ട് അവർ നൃത്തംവെച്ചു. അതിനുശേഷം ഏതാണ്ട് നിശ്ശബ്ദമായ ഇരുപത്തിയഞ്ചു വർഷങ്ങൾ കടന്നുപോയി.

ഉലഹന്നാൻചേട്ടന്റെ മുടി മുഴുവൻ നരച്ചു. അദ്ദേഹം ഉടുത്തിരിക്കുന്ന ചെങ്കല്ലിന്റെ നിറമുള്ള ഖദർ ജുബ്ബ കഴുകിയിട്ട് എത്രയോ കാലമായിരിക്കും. എപ്പോഴും മഞ്ഞനിറമുള്ള നനഞ്ഞ കണ്ണുകൾക്ക് താഴെ കവിളുകൾ ചീർത്തുതൂങ്ങി. നിർവ്വികാരമാണ് ആ മുഖം. കുടലിലെ പുണ്ണ് വേദനിക്കുമ്പോൾ മാത്രം ഒന്ന് ചുളിയും. രണ്ടു കാലിലും നീർക്കോളുണ്ട്. ഒരു കാലിൽ കുറേനാളായി ഉണങ്ങാത്ത ഒരു വ്രണം ശീലകൊണ്ട് കെട്ടിവച്ചിരിക്കുന്നു.

വ്രണമുള്ള കാൽ മെല്ലെ വലിച്ചുകൊണ്ട് അദ്ദേഹം അടുക്കളയിലേക്ക് ചെന്നു. തീപ്പെട്ടി കത്തിച്ച് ആദ്യം ഒരു ബീഡി വലിച്ചു. പിന്നെ അടുപ്പു കൂട്ടി ചായയ്ക്ക് വെള്ളം തിളപ്പിച്ചു. അടുക്കളയും തളവുമൊക്കെ ചോർന്നൊലിച്ചു നനഞ്ഞു കിടക്കുകയാണ്.

ഒരു അറയും തളവും അടുക്കളയും ഇറയങ്ങളുമാണ് ഈ കെട്ടിടത്തിലുള്ളത്. അടച്ചുപൂട്ടുള്ള അറയ്ക്കുമുന്നിൽ ചെറിയ പലകമേൽ

'കാര്യദർശിയുടെ മുറി' എന്ന് എഴുതിവെച്ചിട്ടുണ്ട്. അത് സൗമിനിടീച്ച റുടെ കിടപ്പുമുറിയും പൂജാമുറിയുമാണ്. നിരവധി ദൈവങ്ങളുടെയും മാതാ അമൃതാനന്ദമയിയുടെയും ചില്ലിട്ട പടങ്ങൾ, വിളക്കുകൾ, എണ്ണ, തിരിത്തുണി, കുങ്കുമം, കളഭം എന്നിവ അകത്തുണ്ട്. പുറത്തുനിന്ന് കയറി വന്നാലുടനെ സൗമിനിടീച്ചർ വാതിലടച്ച് പാട്ടുപാടി പൂജ തുടങ്ങും.

തളത്തിലാണ് ഉലഹന്നാൻചേട്ടന്റെ കിടപ്പ്. അവിടെ ചർക്കകളും പണ്ട് സോപ്പുണ്ടാക്കിയിരുന്ന പെട്ടികളും പുസ്തകത്തിന്റെ അരിക് മുറിക്കുന്ന യന്ത്രവും ഹോമിയോ മരുന്നിന്റെ ചെറിയ കുപ്പികളും നിറഞ്ഞ് അല ങ്കോലപ്പെട്ടിരിക്കുന്നു. ഒരു മൂലയിൽ ജമുക്കാളവും തലയിണയുംവെച്ച് ഉലഹന്നാൻചേട്ടൻ കിടക്കും. രാത്രി അധികനേരവും ചുമയാണ്. ഉറക്കം കുറവ്.

"എന്തൊരു ജീവിതം." രാത്രിയിൽ എഴുന്നേറ്റിരുന്ന് ഒരു ബീഡി കത്തിച്ചശേഷം ഉലഹന്നാൻചേട്ടൻ സ്വയം സംസാരിക്കും:

"ആകെ മടുത്തു. മരിക്കണമെന്നു തോന്നാറുണ്ട്. പത്തുറുപ്പികയുടെ ഉറക്കഗുളിക വാങ്ങിച്ചുകഴിച്ചാൽ മരിക്കാവുന്നതേയുള്ളൂ. പിന്നെ, ഈ കടലുണ്ടല്ലോ എന്നു വിചാരിച്ചു കഴിയുന്നു. അതൊരു രക്ഷയാ. എപ്പോഴും ഒരു ശബ്ദമുണ്ട്. കടലിനോടും എന്തെങ്കിലുമൊക്കെ പറയാം. കടപ്പുറത്ത് ഒരു മാതിരി ആൾക്കാര് വരും. പലതരക്കാർ. പിന്നെ മരിച്ചവരുടെ ആത്മാക്കൾ."

അടഞ്ഞുകിടക്കുന്ന അറയ്ക്കുള്ളിൽ പാട്ടുപാടുന്ന ഈ സ്ത്രീ തന്റെ ആരാണ്? കുറെക്കാലം അവർക്കൊപ്പം ആ അറയിൽ കിടന്നിട്ടുണ്ട്. അന്ന് അവരുടെ ശരീരത്തിൽ മിനുസമുള്ള മാംസം ഉണ്ടായിരുന്നു. കണ്ണുകൾ തിളങ്ങിയിരുന്നു. നാളികേരം വേവിച്ച വെളിച്ചെണ്ണയുടെ മണമായിരുന്നു അവരുടെ മുടിക്ക്.

പിന്നെ രണ്ടുപേർക്കുമിടയിൽ മടുപ്പ് ഇഴഞ്ഞുകയറി. ഉലഹന്നാൻ ചേട്ടൻ ഉണർന്നിരുന്നു പറഞ്ഞു:

"ശരീരങ്ങളുടെ അഭ്യാസം അത്രയ്ക്കേള്ളൂ. ചോരയും നീരും ഉണ്ടെന്നുവെച്ച് അതത്ര വലിയ സംഗതിയല്ല. വെറും ഭൗതിക പദാർത്ഥ മാണ്. ചിലയിടത്ത് ഉയർന്നും ചിലയിടത്ത് താഴ്ന്നും ചിലയിടത്ത് ബല പ്പെട്ടും ചിലയിടത്ത് മൃദുവായും തോന്നും. കുറെ കഴിയുമ്പൊ അറപ്പു തോന്നും. കുറ്റബോധം ഉണ്ടാകും."

മടുപ്പ് കലശലായപ്പോൾ സൗമിനിടീച്ചർ ഒറ്റയ്ക്കിരുന്ന് പിറുപിറു ക്കാൻ തുടങ്ങി. ഇടയ്ക്ക് വെറുതെ ഒന്നു ചിരിക്കും. രാമായണവും ഭാഗ വതവും വാങ്ങിച്ച് വായിക്കാൻ തുടങ്ങി. ജമുക്കാളവും ട്രങ്കുപെട്ടിയും അറയ്ക്കു പുറത്തുവെച്ച് അവർ പറഞ്ഞു:

"ഒരു കാര്യംണ്ട്, നസ്രാണ്യോൾക്ക് എപ്പഴും പോത്തെറച്ചീടെ ഒരു മണംണ്ട്. ഇനിക്കത് കേട്ടൂടാ. ഞാൻ കിരിയാത്ത് നായരാ. എന്റെ

അമ്മേടച്ഛൻ തരണനെല്ലൂർമനക്കലെ ഒരഫനാ. നിങ്ങളാരാ ഇന്റെ? മൂന്ന് മുറിക്കച്ചേം, മുന്നാഴി എണ്ണേം തന്ന സംബന്ധക്കാരനൊന്നുമല്ലല്ലോ?"

മൃഗക്കൊഴുപ്പു ചേർക്കാത്ത സോപ്പുണ്ടാക്കുന്നവിധം പരിശീലിപ്പിക്കുന്നതിനുവേണ്ടിയാണ് ഉലഹന്നാൻ ചേട്ടൻ ഇരുപത്തിയഞ്ച് വർഷങ്ങൾക്കു മുമ്പ് ഇവിടെ വന്നത്. നാഗ്പൂരിലെ സേവാസമാജത്തിൽനിന്ന് അദ്ദേഹത്തിന് ട്രെയിനിങ് ലഭിച്ചിട്ടുണ്ട്. ഇന്ത്യയൊട്ടുക്ക് സഞ്ചരിച്ചു. വിനോഭാജിയുടെ കൂടെ കുറച്ചുകാലം താമസിച്ചു.

പച്ച ട്രങ്കുപെട്ടിയും കൊണ്ടാണ് ഉലഹന്നാൻ ചേട്ടൻ വന്നത്. ഖദർകൊണ്ടുള്ള ജുബ്ബയും പാന്റ്സും ലിനൻകൊണ്ടുള്ള മേൽക്കുപ്പായവും ധരിച്ചിരുന്നു. അസാമാന്യ ഉയരമായിരുന്നു. ബട്ടൺ ഹോളിൽ വാടാത്ത ഒരു റോസാപ്പൂ കുത്തിയിരുന്നു. അദ്ദേഹം വന്ന് ഉമ്മറത്തുനിന്ന പാടേ അകത്ത് ചർക്കകളുടെ ശബ്ദം നിലച്ചു. ജനാലയിലൂടെ നിരവധി കണ്ണുകൾ എത്തിനോക്കി.

ഉലഹന്നാൻചേട്ടൻ ഇറയത്തിരുന്ന് പെട്ടിതുറന്നു. തൂവാലയെടുത്ത് വിയർപ്പു തുടച്ചു. പെട്ടിയിൽനിന്ന് ബ്രിൽക്രീമിന്റെയും ഷേവിംഗ് ലോഷന്റെയും മണം വന്നു. ക്രിസ്തുവിന്റെ ഒരു ചെറിയ പടം അതിലുണ്ടായിരുന്നു. ഇടയ്ക്ക് വായിക്കാൻ വേണ്ടി 'ജഗജില്ലി' എന്ന തടിച്ച പുസ്തകം അദ്ദേഹം കൊണ്ടുവന്നിരുന്നു.

അക്കാലത്ത് സൗമിനിടീച്ചറുടെ അച്ഛൻ ഡോക്ടർ നാരായണപിള്ള സദനത്തിന്റെ ഉമ്മറത്തുള്ള ചാരുകസേരയിൽ സദാ കിടക്കും. പക്ഷാഘാതം പിടിപെട്ട് അദ്ദേഹത്തിന്റെ ഇടതുവശം തളർന്നുപോയി. സംസാരശേഷി നഷ്ടപ്പെട്ടു. ആ കിടപ്പിലും അദ്ദേഹം ചെറിയമട്ടിൽ ഹോമിയോ പ്രാക്ടീസ് നടത്തിയിരുന്നു. മുക്കുവരുടെ സ്ത്രീകൾ വന്ന് മെഴുക്കുകടലാസിൽ പൊതിഞ്ഞ ഗുളികകൾ വാങ്ങിക്കൊണ്ടുപോകും.

ഉലഹന്നാൻചേട്ടൻ നാഷണൽ ഖാദി ബാർസോപ്പ് നമ്പർവൺ നിർമിച്ചു. കോഴിക്കോട്ടുനിന്നാണ് ലേബൽ അച്ചടിപ്പിച്ചത്. നല്ല സോപ്പായിരുന്നു അത്. നല്ല പത, പച്ചയും ചുവപ്പിലും കട്ടകൾ ഉണ്ടാക്കി.

അദ്ദേഹം ചാവക്കാട്ടുനിന്ന് മൈക്ക് വാടകയ്ക്കെടുത്ത് കൊണ്ടുവന്ന് കടപ്പുറത്ത് ഗ്രാമോദ്ധാരണ പൊതുയോഗങ്ങൾ നടത്തി. എല്ലാ യോഗങ്ങളിലും നാരായണപിള്ളയായിരുന്നു അധ്യക്ഷൻ. അദ്ദേഹത്തെ ചാരുകസേരയോടെ എടുത്ത് യോഗസ്ഥലത്ത് കൊണ്ടുവരും. സൗമിനിടീച്ചറുടെ പ്രാർത്ഥനാഗാനമാണ് തുടക്കം. മദ്യവർജ്ജനം, പരിസരശുചിത്വം, സ്വാശ്രയത്വം എന്നിവയെക്കുറിച്ച് ഉലഹന്നാൻചേട്ടൻ മൂന്നു മണിക്കൂർ പ്രസംഗിക്കും.

പിന്നീട് നാരായണപിള്ള മരിച്ചു. കടപ്പുറത്ത് ഐസ് ഫാക്ടറിയും ചെമ്മീൻ കമ്പനിയും വന്നതോടെ നൂൽക്കാൻ പെൺകുട്ടികൾ വരാതായി. ബുക്ക് ബയന്റിംഗും നിലച്ചു. സോപ്പുനിർമാണം മാത്രം നടന്നു.

സൈക്കിളിൽ വലിയ പെട്ടി വെച്ചുകെട്ടി ഉലഹന്നാൻചേട്ടൻതന്നെ സോപ്പ് നാടൊട്ടുക്ക് വിതരണം ചെയ്തു.

കടപ്പുറത്തെ തെങ്ങുകളിലും മതിലുകളിലും കൈയെഴുത്ത് പോസ്റ്റർ കാണാൻ തുടങ്ങി. ഒരു ചോദ്യവും ഉത്തരവും: "സൗമിനിടീച്ചറും ഉലഹന്നാൻചേട്ടനും കൂടി ഗുരുവായൂർ കൃഷ്ണയിൽ കണ്ട സിനിമ ഏത്? 'സോപ്പുകൾ കഥ പറയുന്നു.' ഉടൻ പ്രതീക്ഷിക്കുക: 'സദനത്തിൽ ഒരു രാത്രി.' ഈസ്റ്റ്മാൻ കളർ."

അക്കാലത്ത് കടലിലേക്ക് നോക്കി രണ്ടുപേരും ചവിട്ടുപടികളിൽ ദീർഘസമയം ഇരിക്കും. ഒന്നും മിണ്ടാറില്ല. ഒരു ദിവസം സൗമിനിടീച്ചർ ചോദിച്ചു:

"പേടി തോന്നുന്നുണ്ടോ നിങ്ങൾക്ക്?"

ഉലഹന്നാൻചേട്ടൻ ഒന്നും പറഞ്ഞില്ല. അവരുടെ മുഖത്തേക്കും കടലിന്റെ നിഴൽ വീണുകിടക്കുന്ന കണ്ണുകളിലേക്കും ഉറ്റുനോക്കി. കണ്ണുകൾക്ക് നനവുണ്ട്. പക്ഷേ, മുഖത്ത് പതിവുള്ള നിശ്ചയദാർഢ്യം ഉണ്ടായിരുന്നു.

"എനിക്ക് പേടിയില്ല."

അവർ തന്നെ മറുപടി പറഞ്ഞു.

മീൻപിടുത്തക്കാർ വഞ്ചിയിൽവെച്ചും വൈകുന്നേരം കള്ളുഷാപ്പിൽ വെച്ചും ആർത്തുല്ലസിച്ചു പാട്ടുപാടി:

"ഉലഹന്നാൻചേട്ടനും സൗമിനിടീച്ചറും
തമ്മിൽ സ്നേഹത്തിലാണളിയാ.
കണ്ണുകൾകൊണ്ടും
കൈയുകൾകൊണ്ടും
എന്നും കഥകളിയാണളിയാ.
ഹോയ്, താനാരോ തന്നാരോ
തന താനാരോ തന്നാരോ."

ഉലഹന്നാൻചേട്ടൻ ചായ രണ്ട് ഗ്ലാസ്സുകളിലേക്കു പകർന്ന് ഉമ്മറത്തേക്കു വന്നു. സൗമിനിടീച്ചർ നൂൽക്കൽ നിറുത്തിയിരുന്നു. നൂറ്റ നൂല് ചുറ്റഴിഞ്ഞ് തറയിൽ കെട്ടുപിണഞ്ഞ് കിടക്കുന്നു. അവരെന്തോ ഓർത്തുകൊണ്ട് അകലേക്ക് നോക്കിയിരിക്കയാണ്. ചായ കണ്ടപ്പോൾ അവർ പറഞ്ഞു:

"ഇനിക്കിന്ന് ഒരിക്കലാ. കർക്കടത്തിലെ ഏകാശി. ശർക്കരേം നാളികേരോം ഇട്ട് ഒരട ഞാൻ തിന്നും.''

ചായ കുടിച്ചുകൊണ്ട് ഉലഹന്നാൻചേട്ടൻ കടലിലേക്ക് നോക്കി. മഴ മാറി. വെയിലടിച്ചു തുടങ്ങി. കടപ്പുറത്ത് ആൾസഞ്ചാരം ഉണ്ട്. കടലിൽ

പോയ രണ്ട് വഞ്ചികൾ മടങ്ങിവന്നു. വലക്കാരും കച്ചവടക്കാരും വഞ്ചികളെ ചുറ്റിപ്പറ്റിനിന്നു.

സൗമിനിടീച്ചർ പറഞ്ഞു:

"കേളപ്പജി തിരുനാവായേല് നിരാഹാരം കെടക്ക്വാണ്. വിനോഭാജി വരണുണ്ട്. ചെലപ്പോ മഹാത്മാജീം വരും. രാജീവ് ഗാന്ധീം വന്നൂന്ന് വരും. നാടൊട്ടുക്ക് ഇപ്പോ കമ്മ്യൂണിസ്റ്റുകളുടെ സെൽഭരണല്ലേ നടക്കണത്?"

ചർക്കയുമെടുത്ത് അവർ അകത്തുപോയി.

ഉലഹന്നാൻചേട്ടൻ വീണ്ടുമൊരു ബീഡി കത്തിച്ചുവലിച്ചു. ജുബ്ബയുടെ കീശയിലുണ്ടായിരുന്ന അവസാനത്തെ ബീഡിയാണത്. അദ്ദേഹം ലേബൽ ചുരുട്ടി മുറ്റത്തേക്കെറിഞ്ഞു. മഴയൊഴിഞ്ഞു കണ്ടപ്പോൾ അദ്ദേഹത്തിന് ഉത്സാഹം തോന്നി. ഇന്ന് കടപ്പുറത്ത് ഒന്നു നടക്കാം. കാറ്റുകൊണ്ട് മണലിൽ കിടന്ന് സുഖമായിട്ടൊന്നുറങ്ങണം.

തന്റെ തുകൽബാഗുംകൊണ്ട് യാത്രയ്ക്കൊരുങ്ങി സൗമിനിടീച്ചർ വന്നു. അവർ സംസാരിച്ചു:

"ഇപ്പോ മാപ്ല്യാണോ, രക്ഷേണ്ട്. പറേനാണോ രക്ഷേണ്ട്. നായാടിക്ക് സ്വർഗരാജ്യം. വല്ലവന്റീം വിഴുപ്പലക്കീം മൊളകരച്ചും എത്ര അമ്പലവാസിപ്പെങ്കുട്ട്യോള് കഴിയണ്ണ്ട്? ആരെങ്കിലുണ്ടോ അന്വേഷിക്കാൻ?"

ബാഗ് തോളിലിട്ട് അവർ കുറച്ചുനേരം ആലോചിച്ചു നിന്നു. പിന്നെ അകലേക്ക് നോക്കിപ്പറഞ്ഞു.

"ഞാൻ തിരുനാവായ പൂവ്വാണ്. അവടെ ആശ്രമത്തില് താമസിക്കും. ഇനി ഈ ജന്മം ഇങ്ങട് മടക്കല്യ."

നന്നായി വെയിലുദിച്ചപ്പോൾ ഉലഹന്നാൻചേട്ടൻ തന്റെ വ്രണപ്പെട്ട കാലുംവലിച്ച് കടപ്പുറത്തൂടെ നടന്നു. വലക്കാരും കച്ചവടക്കാരുമൊക്കെ ഒഴിഞ്ഞു. മീൻപെറുക്കാൻ വന്ന കാക്കകളെ ചീഞ്ഞളിഞ്ഞ ഒരു പട്ടി കുരച്ചോടിച്ചു. ആളനക്കമില്ല.

ക്ഷീണിച്ചപ്പോൾ അദ്ദേഹം അക്കേഷ്യാമരത്തിന്റെ തണലിൽ ഇരുന്നു. വെയിൽ പെട്ടെന്ന് മാഞ്ഞു. ആകാശം മഴക്കാറുകൊണ്ട് ഇരുണ്ടു. തണുത്ത കാറ്റ് ഉലഹന്നാൻ ചേട്ടന്റെ മുടിയെയും വസ്ത്രത്തെയും പറത്തിക്കൊണ്ട് കടന്നുപോയി. അദ്ദേഹം കോച്ചിവിറച്ചു. സ്വയം സംസാരിക്കാൻ തുടങ്ങി.

"ഇനി ഈ ദുരിതംപിടിച്ച കാലുംവലിച്ച് മഴയ്ക്കുമുമ്പേ തിരിച്ചു നടക്കണമല്ലോ. നശിച്ച തണുപ്പും അതിന്റെ കൂട്ടിന് ചെകുത്താൻ പിടിച്ച വെശപ്പും. വയറ്റിലെ പുണ്ണിന് അനക്കം തൊടങ്ങി. എന്റെ ദൈവമേ, എന്റെ ദൈവമേ, നീയെന്നെ കൈവിട്ടുവോ? ഇപ്പഴാണ് നീയൊരു തെറുപ്പു ബീഡിയുടെ രൂപത്തിൽ അവതരിക്കേണ്ടത്."

ഉച്ചയോടടുത്ത് അക്കേഷ്യാ മരങ്ങൾക്കപ്പുറത്തെ ടാർറോഡിൽ ഒരു കാർ വന്നുനിന്നു. എവിടന്നാണെന്ന് നിശ്ചയമില്ല. ഒരു വലിയ പറ്റം മുക്കുവക്കുട്ടികൾ കാറിനടുത്തേക്ക് ഇരച്ചെത്തി. അർധനഗ്നരായ മൂന്ന് പുരുഷന്മാരും നനഞ്ഞു തുടുത്ത് വിറയ്ക്കുന്ന രണ്ട് സ്ത്രീകളും ഇറങ്ങി. ചുവന്ന പട്ടിൽപൊതിഞ്ഞ കുടം തലയിൽവെച്ച പുരുഷന് കുറച്ചു പ്രായമുണ്ട്.

ആരുടെ അസ്ഥികളാണ് അതിനകത്ത്? അച്ഛന്റെ? അമ്മയുടെ? അമ്മാവന്റെ? ജ്യേഷ്ഠന്റെ? വൃദ്ധന്റെ? യുവാവിന്റെ? കത്തിയ അസ്ഥികൾക്ക് പ്രായഭേദമില്ല. ആത്മാവുകൾക്കും പ്രായമില്ല. കൈതൊഴുതുപിടിച്ചിട്ടാണ് രണ്ട് സ്ത്രീകളും കടലിലേക്കു നടന്നത്.

ചുറ്റും കൂടിനിന്ന പിള്ളേർ പൈസയ്ക്ക് തിരക്കുകൂട്ടി. കൂട്ടത്തിലെ ഇളയപുരുഷനാണ് പണം വിതരണം ചെയ്തത്. കൗതുകത്തിനുവേണ്ടി അയാൾ കുറേ നാണയം കടലിലേക്കെറിഞ്ഞു. കുട്ടികൾ ചാടിവീണ് ഒന്നും നഷ്ടപ്പെടാതെ അത് കൈക്കലാക്കി. ആ അഭ്യാസം സ്ത്രീകളെ നന്നായി രസിപ്പിച്ചു. അവർ വായ്പൊത്തി ചിരിച്ചു.

അവർ കരയിലേക്ക് കയറിവന്നപ്പോൾ ഉലഹന്നാൻചേട്ടൻ എഴുന്നേറ്റു നിന്നു. അതുകണ്ട് മൂത്ത പുരുഷൻ പറഞ്ഞു:

"ആ ഖദറുടുത്ത കാർണോർക്ക് പത്തുറുപ്പ്യ കൊടുക്കൂ. നമ്മടെ അച്ഛന്റെ പ്രായണ്ട് ആൾക്ക്. കണ്ടട്ട് ഒരു സന്ന്യാസ്യാണെന്നു തോന്നണു."

"നിങ്ങള് ബ്രാഹ്മണനാണോ?"

പണം കൊടുക്കുമ്പോൾ ഇളയ ആൾ ചോദിച്ചു. ആണെന്നോ അല്ലെന്നോ ഉലഹന്നാൻചേട്ടൻ പറഞ്ഞില്ല. കൈയിൽ കിട്ടിയ പത്ത് ഉറുപ്പികയും കൊണ്ട് നേരം കളയാതെ അദ്ദേഹം കള്ളുഷാപ്പിലേക്ക് വേച്ചുവേച്ച് നടന്നു.

■

രണ്ടു പുസ്തകങ്ങൾ

പിറ്റേന്നുരാത്രി കൊള്ളയടിക്കുവാൻ നിശ്ചയിച്ചിരിക്കുന്ന വീട്ടിലേക്ക് ഒരു സൗഹൃദ സന്ദർശനഭാവത്തിൽ അയാൾ ചെന്നു. വളരെ പ്രായം ചെന്ന ഒരു അപ്പാപ്പനും അമ്മാമ്മയും മാത്രമാണ് ആ വീട്ടിൽ താമസിച്ചിരുന്നത്. നേരം ഉച്ചകഴിഞ്ഞിരുന്നു. അപ്പാപ്പനും അമ്മാമ്മയും നല്ല ഉച്ചമയക്കത്തിലായിരുന്നു. കോളിങ്ബെൽ അമർത്തിയശേഷം രണ്ടു മിനിറ്റ് അയാൾക്ക് പുറത്ത് കാത്തുനിൽക്കേണ്ടി വന്നു.

അമ്മാമ്മയാണ് ആദ്യം ഉണർന്നത്. അവർ വന്ന് വാതിൽ തുറന്നു. പുകമൂടിയ കണ്ണുകൾ ആവുംവിധം ചുളിച്ച് അയാളെ നോക്കാൻ തുടങ്ങി. ഒരു പിടിയും കിട്ടുന്നില്ല.

"എന്താ അമ്മാമ്മേ അറിയ്യോ?"

അങ്ങനെ ചോദിച്ച് അയാൾ അകത്തുകടന്ന് കസേരയിലിരുന്നു. ടീപ്പോയിൽ കിടന്ന പത്രമെടുത്ത് വെറുതെ മറിച്ചു നോക്കി.

അമ്മാമ്മ അപ്പോഴും തന്റെ മനസ്സിലിട്ട് എന്തൊക്കെയോ വിചാരം കൊള്ളുകയാണ്. മുട്ടിന്മേൽ കൈകളൂന്നി കുനിഞ്ഞാണ് അവർ നിന്നിരുന്നത്. തല മുഴുവൻ നരച്ച് തൂവെള്ള നിറമായിരിക്കുന്നു. ചട്ടയും മുണ്ടും ഒരല്പം പോലും മുഷിയാതെ വെള്ള നിറത്തിലുള്ളത്. പവിത്രമായ വലിയ രണ്ടു മുലകളും വയറിലേക്ക് മുട്ടിക്കിടക്കുന്നത് ചട്ടയിലൂടെ നിഴലിച്ചു കാണാം. മുഖം വല്ലാതെ ചുളിഞ്ഞതാണ്. കൈകൾ പട്ടുപോലെ ചുളിഞ്ഞതും അങ്ങേയറ്റം ശോഷിച്ചതുമാണ്. തോടകളുടെ ഭാരം താങ്ങാനാവാതെ കാതുകൾ ഒടിഞ്ഞുതൂങ്ങാൻ തുടങ്ങിയിരുന്നു. ഒരു തോടയ്ക്ക് ഒരു പവനെങ്കിലും തൂക്കം വരും.

അമ്മാമ്മയ്ക്ക് വേഗംതന്നെ ആളെ പിടികിട്ടി. ചുളിഞ്ഞ ചൂണ്ടുവിരൽ ഒന്നുയർത്തിപ്പിടിച്ച് അവർ ചോദിച്ചു.

"പള്ളീന്ന് അച്ചൻ പറഞ്ഞയച്ചതായിരിക്കും."

"അതെ."

ചിരിച്ചുകൊണ്ട് അയാൾ പറഞ്ഞു.

പെട്ടെന്ന് അമ്മാമ്മയുടെ മുഖം മങ്ങി. കണ്ണുകൾ നിറഞ്ഞ് ഒഴുകാൻ തുടങ്ങി. ചുണ്ടു വിറച്ചുകൊണ്ട് അവർ പറഞ്ഞു.

"ഞാൻ ഇപ്പോ ആലോചിച്ചേ ഒള്ളൂ. അച്ചൻ ആളെ പറഞ്ഞയയ്ക്കുംന്ന്. ഞാൻ പള്ളീ ചെന്നട്ട് മൂന്നാഴ്ച്യായി."

അമ്മാമ്മ ചട്ട ഉയർത്തി മൂക്കു തുടച്ചു.

"ഇനിക്ക് ഒരടി നടക്കാൻ വയ്യ. ഒരിത്തിരി നടക്കാൻ പാങ്ങുണ്ടെങ്കില് ഞാൻ പള്ളീ വരാണ്ടിരിക്ക്യോ."

"അതൊന്നും സാരല്യ അമ്മാമ്മേ. അമ്മാമ്മയ്ക്കു വയസ്സായീന്നും, നടക്കാൻ പറ്റാണ്ടിരിക്ക്യാന്നും മറ്റാരേക്കാളും കൂടുതലായി അച്ചനറിയാം."

അയാൾ സമാധാനിപ്പിച്ചു.

"ഒന്നു കുമ്പസാരിക്ക്യാൻ ഇനിക്കു പറ്റാണ്ടായീലോ."

അമ്മാമ്മ പിന്നെയും തേങ്ങി.

"ഇന്നലെ രാത്രി കണ്ണൊന്നു ചിമ്മ്യേപ്പൊ കർത്താവ് എന്റടുത്ത് വന്നു. കർത്താവ് എന്റെ കട്ടുമ്മല് ഇങ്ങനെ ഇരിക്ക്യാ. ഇന്നട്ട് ചോദിക്ക്യാ. ഇപ്പൊ കാശായപ്പോ, കുർബ്ബാനേം കുമ്പസാരോം ഒന്നും വേണ്ടാണ്ടായി അല്ലെ, മറിയാമ്മേ."

"ഇവട്യാണെങ്കില് ഇനിക്ക് മുട്ടുമ്മ നിക്കാനും പറ്റാണ്ടായി. വാതത്തിന്റെ വെല്യ ഉപദ്രവം. ഇന്നാള് രണ്ടു കൂട്ടം പോത്തുങ്കാല് സൂപ്പു കുടിച്ചു. ഇന്നട്ടും മാറണില്യ. എല്ലുമ്മ കൂടെ ശരശരാന്ന് ഒരു വേദന. കട്ടുമ്മ കുത്തിരുന്ന്ട്ടാണ് ഇപ്പൊ പ്രാർത്ഥനെത്തിക്കണെത്. ഇനി എന്നെ ങ്കട് വിളിച്ചൂടെ ആവോ?"

മുകളിലേക്ക് രണ്ടു കൈകളും ഉയർത്തിക്കൊണ്ട് അമ്മാമ്മ പറഞ്ഞു.

അയാൾ പറഞ്ഞു.

"ചെല്ലണ്ട സമയമായാല് കർത്താവ് വിളിക്കും അമ്മാമ്മേ. വിഷമിക്കാതിരിക്ക്. അവിടന്നറിയാതെ ഒരിലപോലും പൊഴിയുന്നില്ല. കരയുന്നവർ ഭാഗ്യവാന്മാർ. അവർക്കാശ്വാസം ലഭിക്കും. "

അമ്മാമ്മ അയാളുടെ അടുത്തുചെന്നു. സോഫയിൽ അടുത്തിരുന്നു. മുണ്ടിന്റെ കോന്തലകൊണ്ട് കണ്ണും മൂക്കും വൃത്തിയായി തുടച്ചു. മെല്ലെയൊരീണത്തിൽ പിറുപിറുക്കുംപോലെ അവർ പാടാൻ തുടങ്ങി.

"പരിശുദ്ധാത്മാവേ
നീയെഴുന്നള്ളി വരേണമേ
എന്നുടെ ഹൃദയത്തിൽ."

അയാൾ എഴുന്നേറ്റ് സോഫയ്ക്കു താഴെ മുട്ടുകുത്തിനിന്നു. അയാൾ പറഞ്ഞുകൊണ്ടിരുന്നു:

“സ്വർഗ്ഗസ്ഥനായ ഞങ്ങളുടെ പിതാവേ. അങ്ങയുടെ നാമം പൂജിത മാകണമേ, അങ്ങയുടെ രാജ്യം വരണമേ...”

പ്രാർത്ഥനകളുടെ ശബ്ദം കേട്ട് അകത്ത് അപ്പാപ്പനുണർന്നു. അദ്ദേഹം മൂരി നിവരുന്ന ശബ്ദം കേട്ടു. അദ്ദേഹം വിളിച്ചു ചോദിച്ചു.

“ആരാ അപ്പറത്ത്?”

അമ്മാമ്മ ‘ശ്’ എന്നു പറഞ്ഞ് സഗൗരവം മൂക്കത്ത് വിരൽ വെച്ചു. അയാളോട് കരുതിയിരിക്കാൻ ആവശ്യപ്പെട്ടു. അയാളുടെ ചെവിയിൽ പറഞ്ഞു.

“അതിയാനോട് മോനിതൊന്നും പറയണ്ട. ഒരു മാതിരി മനുഷ്യ നാണ്. ദൈവഭയം ഇല്ല്യാത്തോനാണ്. പള്ളീപോക്കും പ്രാർത്ഥനേം ഒന്നും ഇല്ല്യാത്തോനാണ്. അച്ചനോടു പറയണം. അയാളെ ചത്താ പള്ളീ കേറ്റർത്ന്ന്. അവടെ കെടക്കട്ടെ. പുഴുത്തുനാറട്ടെ. ദൈവം അങ്ങനെ പകരം ചോദിക്കട്ടെ.”

അമ്മാമ്മ മെല്ലെയെഴുന്നേറ്റ് അകത്തേക്കു പോയി.

അകത്തുനിന്നും അപ്പാപ്പൻ വന്നു. ഉറക്കത്തിൽനിന്നെഴുന്നേറ്റ് കള്ളി മുണ്ട് അശ്രദ്ധമായി വാരി ചുറ്റിയിരിക്കുകയാണ്. ചോര വാർന്നുപോയ പോലെ വിളർത്തതാണ് മുഖം. തലയിൽ അവിടവിടെയായി കുറച്ചു നരച്ച രോമങ്ങളേയുള്ളൂ. ഒരു കാൽ വളരെ പതുക്കെയേ നിലത്തു ചവിട്ടു ന്നുള്ളൂ. കാലിൽ നന്നായി നീരുണ്ട്.

“ആരാ?”

ആളെ മനസ്സിലാവാതെ അപ്പാപ്പൻ കുഴഞ്ഞു. അയാൾ ഭവ്യതയോടെ ചിരിച്ചുകൊണ്ട് എഴുന്നേറ്റുനിന്നു. ആ ചിരികണ്ട് അപ്പാപ്പന്റെ ചുണ്ടിലും ഒരു ചിരി വിരിഞ്ഞു. അദ്ദേഹം പറഞ്ഞു:

“ഇരിക്ക്, ഇരിക്ക്,”

പെട്ടെന്ന് അദ്ദേഹത്തിനെന്തോ ഓർമ്മ വന്നു. അദ്ദേഹം ഒന്നു പൊട്ടി ച്ചിരിച്ചു. ആ ചിരിയിൽ ശരീരവും വയറും കുലുങ്ങി.

“മൈതീൻകുഞ്ഞ് പറഞ്ഞുവിട്ടതാരിക്കും അല്ലേ? പാർട്ടി സിക്രട്ടറി മൈതീൻകുഞ്ഞ്.”

“അതെ.”

അയാൾ പറഞ്ഞു.

“അവനോട് പറഞ്ഞേക്ക്, ഞാന്പ്പളും ഇവടെണ്ട്ന്ന്, ചത്തിട്ടില്ല്യാന്ന്. ചോന്ന കൊടീം റീത്തും ഒന്നും കൊണ്ടരാറായിട്ടില്ല്യാന്ന്. നാലും അധികം വൈകില്ല.”

അപ്പാപ്പൻ പിന്നെയും പൊട്ടിച്ചിരിച്ചു.

"ഞാൻ ഇപ്പൊ കമ്മിറ്റിക്കൊന്നും വരണില്യാന്ന് ബ്രാഞ്ചില് വെല്യ കംപ്ലേന്റായിരിക്കും അല്ലേ? ആ മീശമാധവൻ എന്നെപ്പറ്റി ഇപ്പൊ എന്താ പറയാറ്? വർഗ്ഗവഞ്ചകൻന്ന്, അല്ലേ? ബൂർഷ്വാസീന്ന്?"

അയാൾ ചിരിച്ചു. അപ്പാപ്പനെ തണുപ്പിക്കാനായി അയാൾ പറഞ്ഞു.

"അങ്ങന്യൊന്നൂല്യ. അപ്പാപ്പനിപ്പൊ നടക്കാൻ വയ്യാതെ ഇരിക്കുകയാണെന്ന് എല്ലാവർക്കും അറിയാം. അപ്പാപ്പന്റെ പഴയ കാലത്തെ സേവനങ്ങള് തന്നെ പാർട്ടിക്ക് വലിയൊരു മുതൽകൂട്ടാണ്."

അപ്പാപ്പൻ അടങ്ങിയില്ല. പുച്ഛസ്വരത്തിൽ അദ്ദേഹം പറഞ്ഞു:

"പഴേ കാലത്തെ സേവനങ്ങള്. അതൊക്കെ പറഞ്ഞിര്ന്ന്ട്ട് എന്താടോ ഒരു കാര്യം? പഴേ കാലത്തെ സേവനങ്ങള് കൊണ്ട് പാർട്ടി മുമ്പോട്ട് പോവ്വോ? ഇപ്പ മുമ്പോട്ട് പോണങ്കി ഇപ്പൊ പ്രവർത്തിക്കണം. ഒരടിനടക്കാൻ പറ്റേങ്കില് ആ ദുർഘടം പിടിച്ച കോണിപ്പടി കേറി ഞാനവിടെ വരില്ലേ?"

"അതെ, അതെല്ലാവർക്കുമറിയാം."

അയാൾ പറഞ്ഞു:

"വേണ്ട, വേണ്ട, ഒരുത്തന്റേം സഹതാപം ഇനിക്കു വേണ്ട. സഹതാപം കൊണ്ടൊന്നും പാർട്ടി വളരില്യാന്ന് ഗംഗാധരൻ എന്നോട് പറഞ്ഞിട്ടുണ്ട്. ഏതു ഗംഗാധരൻ? പി. ഗംഗാധരൻ. അയ്യാള് പിന്നെ പാർട്ടി മാറിപ്പോയി. അതാ പറഞ്ഞേ. ഒരു വ്യക്തീം പാർട്ടീടെ മുമ്പില് വലുതല്ല."

അപ്പാപ്പൻ തന്റെ കാല് ടീപ്പോയിലേക്ക് കയറ്റിവെച്ചു. നീരുവിങ്ങി ചിലയിടത്ത് കാല് പൊട്ടി പഴുക്കാൻ തുടങ്ങിയിരുന്നു. കരുവാളിച്ച ഒരു നിറം ആകെ ബാധിച്ചിട്ടുണ്ട്. കാലനങ്ങുമ്പോൾ വേദനിക്കുന്നുവെന്ന് മുഖം വ്യക്തമാക്കി.

"പരിയാരം കേസില് എന്നെ കുടുക്കി പിടിച്ചപ്പൊ ലോക്കപ്പില് കെടന്നട്ട് മൂന്നു പ്രാവശ്യം എന്റെ ബോധം പോയി. ബോധം വരാൻ വേണ്ടി പൊലീസുകാർ മുഖത്ത് വെള്ളം തെളിക്കും. ബോധം വരും. പിന്നേം തല്ല്, ബോധം പൂവ്വും. അപ്പഴും ഞാൻ കരഞ്ഞിട്ടില്ല, പക്ഷേ ഇന്നലെ ഞാൻ കരഞ്ഞു."

അപ്പാപ്പൻ ഒന്നു നിർത്തി അയാളുടെ മുഖത്തു നോക്കി ചോദിച്ചു:

"നീയ്യ് യുവജനരംഗത്തായിരിക്കും അല്ലേ?"

"അതെ."

അയാൾ പറഞ്ഞു:

"നിന്റെ വെള്ളക്കുപ്പായത്തിന് ഒരു ചുളിവും ഇല്ലല്ലോടാ?"

അയാൾ കസേരയിലിരുന്ന് ഒന്നു പരുങ്ങി, അപ്പാപ്പൻ തുടർന്നു.

“ഇനിക്ക് എന്തൊക്ക്യാ സുക്കേട്കളാ ഒള്ളതെന്ന് ഇനിക്കൊരു ഓർമ്മേം ഇല്യ. ഡോക്ടർമാര് ഓരോ ദിവസോം ഓരോ സൂക്കേടിന്റെ പേരു പറയും. ഞാനനുഭവിക്കണ ഒരു വെഷമം ഇനിക്കു നടക്കാമ്പറ്റാത്തതാ. കാല്ങ്ങനെ ഒരടിവെക്കുമ്പൊ പ്രാണൻ പൂവ്വും. അതോണ്ട് മീറ്റിംഗിനു വരാൻ പറ്റില്യ. ജാഥയ്ക്കുവരാൻ പറ്റില്യ.”

“പക്ഷേ മിനിയാന്നുവരെ ഞാൻ വായിച്ചേരുന്നു നമ്മുടെ പുസ്തകങ്ങള്. നമ്പൂതിരിപ്പാടിന്റേം ബാലരാമിന്റേം. ഇന്നലെ കാലത്ത് ചായ കുടിച്ചട്ട് ഞാൻ നമ്മടെ പാർട്ടി പത്രം എടുത്തുനോക്കി. കണ്ണിലാകെ ഒരു മൂടല്. കണ്ണും കണ്ണടേം ഒന്നുംകൂടി തൊടച്ചിട്ട് പിന്നേം എടുത്തു പത്രം. ഒരക്ഷരം തെളിയണില്യ. അപ്പൊ ഞാങ്കരഞ്ഞു.”

അപ്പാപ്പൻ പെട്ടെന്നു നിർത്തി. അദ്ദേഹം മുഖം മറയ്ക്കാനൊരു ശ്രമം നടത്തി. കണ്ണിൽനിന്നും കണ്ണുനീർ ഒഴുകുകയാണ്. എല്ലാ നിയന്ത്രണങ്ങളും വിട്ട് അപ്പാപ്പൻ തേങ്ങിക്കരഞ്ഞു.

“എന്താ അപ്പാപ്പാ ഇത്? കുട്ടികളെപ്പോലെ.”

അയാൾ എഴുന്നേറ്റുചെന്ന് തോളിൽ കൈവെച്ച് അദ്ദേഹത്തെ സമാധാനിപ്പിച്ചു. അപ്പാപ്പൻ പിന്നെ ഒന്നും പറഞ്ഞില്ല. കണ്ണടച്ച് എന്തൊക്കെയോ ഓർത്തുകൊണ്ട് കസേരയിൽ അങ്ങനെ ഇരുന്നു.

“ഡാ മോനേ, നീയ്യിങ്ങട്ട് വന്നേ.”

അകത്തുനിന്ന് അമ്മാമ്മ അയാളെ വിളിച്ചു.

ഡൈനിംഗ് ടേബിളിൽ ഫ്ളാസ്കിൽനിന്ന് ചായ പകർന്നുവെച്ച് അമ്മാമ്മ അയാളെ കാത്തിരിക്കുകയായിരുന്നു. ഒരു പ്ലേറ്റിൽ അച്ചപ്പവും കൊഴലപ്പവും അവർ എടുത്തുവെച്ചിരുന്നു.

“നീയ്യിത് വന്നിര്ന്ന് തിന്ന്. എന്തൂട്ടാ നിയ്യ് ആ കെഴവനായിട്ട് കിന്നാരം? അയാള് ആര് വന്നാലും ഇങ്ങനെ തൊള്ള തൊറക്കും. നാണോം മാനോം ഇല്ലാത്ത മനുഷ്യൻ.”

അയാൾ ചായ കുടിച്ചു. നല്ല തകർച്ചയും മധുരവുമുള്ള അച്ചപ്പമായിരുന്നു. എള്ളു ചേർത്ത കൊഴലപ്പം. അയാളിതൊക്കെ കുട്ടിക്കാലത്ത് കഴിച്ചതാണ്. നല്ല രസം തോന്നി.

അമ്മാമ്മ പറഞ്ഞു:

“ഇവടെ ഇപ്പൊ കാലത്ത് മാത്രേ വെപ്പൊള്ളൂ. കാലത്ത് പുലർച്ചയ്ക്ക് ഒരു പെണ്ണു വരും. അടിച്ചുകോരി പാത്രം മോറി ചോറും കൂട്ടാനും ചായേം വെച്ചൊരുക്കി അവളു പൂവ്വും. പിന്നെ ഞാനും ഈ തന്തേം മാത്രം നേരാനേരം എന്തെങ്കിലും ഇടുത്ത് കുടിക്ക്യാ, കൊടുക്കാ. ചാവാൻ നേരത്ത് വെള്ളെടുത്ത് തരാനും കൂടി ഒരാളില്യ.”

ചായ കഴിച്ച് അയാളെഴുന്നേറ്റു.

അമ്മാമ്മ ചോദിച്ചു:

"എന്തേ നീയിതു മുഴുവൻ തിന്നാഞ്ഞേ? നിനക്ക് വെശക്കണില്ല്യേ?"

"അതുമതി അമ്മാമ്മേ."

അയാൾ പറഞ്ഞു.

അമ്മാമ്മ അങ്ങോട്ടുമിങ്ങോട്ടും നോക്കിക്കൊണ്ട് ചട്ടയുടെ ഉള്ളിൽ ഒളിപ്പിച്ചുവെച്ചിരുന്ന ഒരു പുസ്തകം പുറത്തെടുത്തു. അത് അയാളെ ഏല്പിച്ചുകൊണ്ട് അമ്മാമ്മ പറഞ്ഞു:

"ഇത് നീയ്യ് അച്ചന് കൊണ്ടോയി കൊടുക്കണം. അമ്മാമ്മയ്ക്കിനി ഇതോണ്ട് ഉപകാരല്യ. ഇവടെ വെച്ചാ ആ കഴ്പ്പെട്ട തന്ത ഇത് പേപ്പറ് കാർക്ക് തൂക്കിവിക്കും. അമ്മാമ്മേടെ വക്യായിട്ട് ഇത് പള്ളീലിരിക്കട്ടെ."

പുസ്തകം സ്വീകരിച്ചുകൊണ്ട് അയാൾ പുറത്തു കടന്നു. അമ്മാമ്മ ശബ്ദമമർത്തി വിളിച്ചു പറഞ്ഞു,

"കുപ്പായത്തിനകത്ത് ഒളിപ്പിച്ചുവെക്ക് ആ തന്ത സംശയിക്കും. പിന്നെ വല്ല വേണ്ടാതീനോം പറഞ്ഞുണ്ടാക്കും. ഒളിപ്പിച്ചുവെക്ക്."

സ്വീകരണമുറിയിൽ തന്റെ മൂക്കുകണ്ണടവെച്ച് കണ്ണിനോടു ചേർത്തു പിടിച്ച് ഒരു പുസ്തകം വായിക്കാനുള്ള ശ്രമത്തിലായിരുന്നു അപ്പാപ്പൻ. അദ്ദേഹം 'റ' പോലെ വളഞ്ഞാണിരുന്നത്. അയാൾ ചെന്നപ്പോൾ അദ്ദേഹം ആ ശ്രമത്തിൽനിന്നും പിൻവാങ്ങി.

"എന്താ നിനക്ക് അവളുമായിട്ട് ഒരു പ്രണയം? വ്യാകുലമാതാവ്. വളഞ്ഞ് നടക്കണ് കണ്ടില്ലേ. തലേല് കളിമണ്ണാ. തനിക്കഴുത."

അയാളതുകേട്ട് വെറുതെ ചിരിച്ചുകൊണ്ടുനിന്നു.

കൈയിലിരുന്ന പുസ്തകം അപ്പാപ്പൻ അയാൾക്കു നീട്ടി.

"പ്രഭാകരൻനായര് മുപ്പത് കൊല്ലം മുമ്പ് ഇനിക്കു തന്ന പുസ്തകാ ഇത്. എല്ലാ ദിവസോം കെടക്ക്ണേനു മുമ്പ് ഞാനിത് കൊറേശ്ശെ വായിച്ചേര്ന്നു. ഇനിപ്പോ ഇത് ഇവടെ വെച്ചട്ട് കാര്യല്ല. നീയിത് മൈതീൻ കുഞ്ഞിനെ ഏല്പിക്കണം. ആരെങ്കിലൊക്കെ ഇത് വായിക്കട്ടെ."

ആ പുസ്തകവും അയാൾ വാങ്ങിച്ചു.

ഒരു ഓട്ടോറിക്ഷയിലാണ് അയാൾ നഗരത്തിലേക്കു തിരിച്ചത്. നഗരാതിർത്തിയിലെ ഒരു ബാറിൽ അയാൾ കയറി. ചുമട്ടുകാരും താണ വരുമാനക്കാരും ചെന്നു കുടിക്കുന്ന ഒരിടമായിരുന്നു അത്. മേശകളി ന്മേൽ ഇറച്ചിയുടേയും മറ്റും അവശിഷ്ടങ്ങൾ കിടന്നിരുന്നു. നിലത്ത് ആരോ ഛർദ്ദിച്ചിട്ടുണ്ട്. എല്ലായിടത്തും ഈച്ചകൾ ശബ്ദമുണ്ടാക്കി ക്കൊണ്ട് പറക്കുന്നു.

രാത്രിയാവുംവരെ അയാൾ അവിടെയിരുന്നു മദ്യപിച്ചു. അവ സാനം അയാൾ വല്ലാതെ ക്ഷീണിച്ചു. വിയർപ്പിൽ കുളിച്ചു. ഗ്ലാസ്സിലെ

അവസാനത്തെ ഇറക്ക് മദ്യം കഴിച്ചശേഷം നെടുവീർപ്പോടെ അയാൾ പറഞ്ഞു:

"ഈശ്വരാ"

രാത്രിയിൽ നഗരത്തിലെ സ്റ്റാർ ഹോട്ടലിലാണ് അയാൾ താമസിച്ചത്. വർണ്ണശബളവും വിശാലവുമായിരുന്നു അയാളുടെ മുറി. തണുപ്പും സുഗന്ധവും അവിടെ നിറഞ്ഞിരുന്നു.

തെരുവിൽനിന്ന് അയാൾക്ക് കൂട്ടുകിടക്കാൻ കൊണ്ടുവന്നിരുന്ന പെണ്ണ് അവിടെയൊരിടത്ത് നിന്നിരുന്നു. അവൾ സാരിയഴിച്ച് വൃത്തിയായി മടക്കി കട്ടിലിലൊരിടത്ത് ഒതുക്കിവെച്ചു.

കട്ടിലിലിരുന്ന് അയാൾ അവളെ നോക്കി. അവൾ വല്ലാതെ മെലിഞ്ഞതായിരുന്നു. ഇടയ്ക്ക് ചുമയ്ക്കുന്നുമുണ്ട്. ബ്ലൗസിനു മുകളിൽ തോളെല്ലുകൾ ഭീകരമായി മുഴച്ചുനിൽക്കുന്നു. റോസ് നിറമുള്ള അടിപ്പാവാടയ്ക്കടിയിൽ നിഴലിച്ചുകാണുന്നത് ഇടുപ്പെല്ലുകൾ മാത്രമാണ് അയാൾ മനസ്സിൽ വിചാരിച്ചു, ഇവളാണോ പഴയ കിങ്സർക്കിളിലെ റാണി?

അവൾ ചോദിച്ചു:

"എന്താ, ഇങ്ങനെ നോക്കുന്നത്? എന്റെ ഈ കോലം കണ്ടിട്ടാവും അല്ലേ? എന്തിനാ എന്നെ ഇനിയും ഇതുമാതിരിയുള്ള സ്ഥലത്തേക്ക് വിളിച്ചുകൊണ്ടരണത്? സിറ്റീല് എത്ര പുതിയ പെണ്ണുങ്ങളാ ഉള്ളത്. പഴയ കാബറേക്കാര് ഒരു വീട്ടില് ഒന്നിച്ച് പാർക്കണ്ണ്ട്. അവരെയാരെങ്കിലും വിളിച്ചാ മതിയായിരുന്നു."

അയാൾ മെല്ലെ ചിരിച്ചു. അവൾ കട്ടിലിൽ അയാളുടെ അരികിൽ വന്നിരുന്നു. അയാളുടെ തോളിൽ മുഖമമർത്തി.

"ഇപ്പോ ഉടുത്തൊരുങ്ങി രാപകൽ നടക്കാന്നേ ഉള്ളൂ. ഒരാളും തിരിഞ്ഞുനോക്കണില്ല. നടന്നു നടന്നു വശംകെട്ട് വല്ലേടത്തും വീണു കെടന്ന് ഉറങ്ങും. പുലർച്ചയ്ക്ക് ചെലപ്പോ ആരെങ്കിലും വന്നു വിളിക്കും. വല്ല ഓവിലേക്കോ ഇടുക്കിലേക്കോ കൊണ്ടുപോകും."

അയാൾ അവളെ ചേർത്തു പിടിച്ചു. എല്ലുകൾ മുഴച്ചുനിൽക്കുന്ന മുതുകിൽ തലോടി, അയാൾ ചോദിച്ചു: "നീയെന്തിനാ ഇങ്ങനെ കഷ്ടപ്പെട്ട് നടക്കണ്? ഞാനൊരു വീടുവെച്ചു തരാമെന്നു പറഞ്ഞതല്ലേ?"

"എനിക്കാരടേം ഓശാരം ഒന്നും വേണ്ട, ഞാനിങ്ങനെ നടന്നു നടന്ന് വല്ലോടത്തും വീണു ചാവും. അതാ സുഖം."

അവൾ കരഞ്ഞു.

പിന്നെ അവൾ മുഖം തുടച്ചു. അയാളെ വരിഞ്ഞുമുറുക്കി കാതിൽ നാവുകൊണ്ട് തൊട്ടു. അവൾ ചോദിച്ചു:

"എനിക്ക് മുല്ലപ്പൂമാല വാങ്ങിച്ചില്ലേ?"

അയാളെഴുന്നേറ്റു; മേശപ്പുറത്തു കിടന്നിരുന്ന രണ്ടു പുസ്തകങ്ങളെ ടുത്ത് അവൾക്കു കൊടുത്തു. അവൾ ആശ്ചര്യത്തോടെ അതു വാങ്ങി.

ഒന്നു തുകൽ ബൈന്റിട്ടതാണ്. വല്ലാതെ മുഷിഞ്ഞിരിക്കുന്നു. പുറം ചട്ടമേൽ വിശുദ്ധ ഗ്രന്ഥം പുതിയ നിയമം എന്നെഴുതിയിരിക്കുന്നു. മറ്റേത് ന്യൂസ് പ്രിന്റിലുണ്ടാക്കിയ ചെറിയ പുസ്തകം. സ്റ്റാപിൾസ് തുരുമ്പിച്ചിരിക്കുന്നു. മാർക്സ്, ഏംഗൽസ് കമ്മ്യൂണിസ്റ്റ് മാനിഫെസ്റ്റോ.

“ഇത് നീയെടുത്തോ.”

അവൾ പൊട്ടിച്ചിരിച്ചു. എന്നിട്ട് ചോദിച്ചു.

“ഞാനെന്താ വല്ല പരീക്ഷയ്ക്കു പഠിക്കയാണോ?”

അപ്പോൾ അയാൾ അന്നു പകൽ നടത്തിയ സന്ദർശനത്തെക്കുറിച്ച് അവളോട് വിസ്തരിച്ചു പറഞ്ഞു. അവളുടെ കണ്ണു നിറഞ്ഞുപോയി. അവൾ ചോദിച്ചു.

“നാളെ രാത്രി അതുങ്ങളെ കൊല്ലും അല്ലേ.”

അയാൾ മറുപടിയൊന്നും പറഞ്ഞില്ല. വിളക്കുകളണച്ച് അയാൾ കിടന്നു. അയാളുടെ നെഞ്ചിൽ അവളുടെ കണ്ണുനീർ വീണു. ■

പ്ലാശ്ശേരിയിലെ കടവ്

നേരം വെളുത്തിരുന്നില്ല. മേൽക്കൂരയില്ലാത്ത പ്ലാറ്റ്ഫോമിലേക്കിറങ്ങിയപ്പോൾ തണുത്ത കാറ്റ് അയാളെ സ്വാഗതം ചെയ്തു. വൃശ്ചികമാണ്. അയാൾ ഷാളെടുത്ത് പുതച്ചു.

സ്റ്റേഷൻ വിജനമാണ്. ഇരുട്ടും. അയാൾ കൂടാതെ മറ്റാരെങ്കിലും ഇറങ്ങിയതായിക്കണ്ടില്ല. പ്ലാറ്റ്ഫോമിലൂടെ നടക്കുമ്പോൾ ഇരുട്ടിൽ നിന്ന് ഒരു ചോദ്യം അയാൾക്കു നേരെ വന്നു: "ടാക്സി വേണോ മാഷേ?"

അയാൾ നിന്നു. ടാക്സി ഡ്രൈവർ ഉറക്കച്ചടവുള്ള മുഖവുമായി പുക വലിച്ചുകൊണ്ട് നിൽക്കുകയാണ്. ശങ്കയോടെ ചോദിച്ചു.

"പ്ലാശ്ശേരിയിലേക്ക് കാറുപോവുമോ?"

"ഇല്ല മാഷേ, എങ്ങനെ പൂവ്വാനാ? പൊഴ കടക്കണ്ടേ?"

ഡ്രൈവർ അയാളെ തഴഞ്ഞ് മുന്നോട്ടുനടന്നു. പ്ലാശ്ശേരിയിലെ പാലം പണിയെപ്പറ്റി ആരോ നിയമസഭയിൽ പറഞ്ഞത് അയാൾ ഓർത്തു. അത് നാലഞ്ചുവർഷങ്ങൾക്കു മുമ്പാണ്. പ്ലാശ്ശേരി പാലം ആക്ഷൻ കമ്മിറ്റി കലക്ടറേറ്റു പടിക്കൽ ധർണ്ണ നടത്തിയതായും കേട്ടിരുന്നു.

വർഷങ്ങൾക്കുമുമ്പ് ആദ്യമായി ഇവിടെ ഇറങ്ങിയപ്പോൾ തന്റെ തേഞ്ഞ പല്ലുകൾ കാണിച്ചു ചിരിച്ചുകൊണ്ട് നമ്പീശൻ ചോദിച്ചു:

"തനിക്കു നടക്കാൻ വെഷമമണ്ടാവില്ലല്ലോ?"

"ഒരു വെഷമോല്യാ, ഒരു ജില്ല മുഴുവൻ ജാഥ നടന്ന് ശീലിച്ച കാലാ ഇത്."

പിന്നെ എത്രയോ തവണ അയാൾ ഈവഴി തീവണ്ടിയിൽ യാത്ര ചെയ്തു. ആൾത്തിരക്കില്ലാത്ത ഈ ചെറിയ സ്റ്റേഷൻ ശ്രദ്ധയിൽപ്പെട്ടു. അപ്പോഴൊന്നും നമ്പീശനെ ഓർത്തില്ല.

നടക്കുമ്പോൾ തണുപ്പു കൂടിവന്നു. ഡൽഹിയിലെ തണുപ്പ് ഇടയ്ക്ക് അനുഭവിക്കാറുള്ള അയാൾക്ക് ഇതത്ര കടുപ്പമല്ല. എന്നാലും ഡൽഹിയിൽ ഇതുപോലെ കടിച്ചുകുടയുന്ന കാറ്റില്ല. ചൂടുള്ള ഒരു ചായ

കുടിക്കണമെന്ന് അയാൾ ആഗ്രഹിച്ചു. സ്റ്റേഷനപ്പുറത്ത് റെയിൽവേ ഗേറ്റിനടുത്ത് ഒരു പെട്ടിക്കട തുറന്നിട്ടുണ്ട്. കുറച്ച് ആളുകൾ അവിടെ കൂടി നിൽക്കുന്നു.

ചായ കുടിച്ചുകൊണ്ടിരിക്കുമ്പോൾ ഒരു യുവാവ് അടുത്തു വന്നു. ആശ്ചര്യത്തോടെ ചോദിച്ചു:

"സാറിവിടെ? എങ്ങോട്ടാണ്?"

മറുപടി പറയാൻ പെട്ടെന്ന് അയാൾക്കു കഴിഞ്ഞില്ല. തന്റെ തൊണ്ട അടഞ്ഞിരിക്കുകയാണെന്ന് അപ്പോഴാണ് മനസ്സിലായത്. അയാൾ ചിരിച്ചുകൊണ്ടും പതിവുമട്ടിലുള്ള വിനയത്തോടെയും യുവാവിനോടു ചോദിച്ചു:

"എനിക്ക് മനസ്സിലായില്ലല്ലോ?"

"ഇല്ല സാർ, നാം മുൻപ് നേരിൽ ബന്ധപ്പെട്ടിട്ടില്ല. ഞാൻ യൂത്ത് ഫെഡറേഷനിലുണ്ടായിരുന്നു നാലുകൊല്ലം മുമ്പുവരെ. പിന്നെ ജോലി കിട്ടി. സെക്രട്ടേറിയറ്റിലാണ്. അവിടത്തെ യൂണിയന്റെ ഒരു ഭാരവാഹി യാണ്."

അയാളുടെ ചായയ്ക്കും യുവാവുതന്നെ നിർബന്ധം പിടിച്ച് പൈസ കൊടുത്തു. ചായ കുടിക്കുന്ന മറ്റ് ആളുകൾ അയാളെ അപ്പോൾ ശ്രദ്ധി ക്കാൻ തുടങ്ങി. അനവസരത്തിൽ അറിയപ്പെടുന്നത് അയാൾക്ക് ഇപ്പോഴും അലോസരമുണ്ടാക്കുന്ന കാര്യമാണ്. അയാൾ പൂട്ടിക്കിടക്കുന്ന ഒരു മാടക്കടയുടെ ഉമ്മറത്തേക്ക് മാറിനിന്നു. യുവാവും കൂടെ വന്നു. അയാളുടെ കൈയിലും ബാഗുണ്ട്.

"ഇന്നലെ വൈകീട്ട് സ്റ്റേഷനിൽ ഞാൻ സാറിനെക്കണ്ടിരുന്നു. നാട്ടി ലേക്കുള്ള യാത്രയാവുമെന്നാണ് വിചാരിച്ചത്. അപ്പോൾ വീട്?"

"വീട് ഷൊർണൂരാണ്."

"അപ്പോ ഇവടെ എറങ്ങീത്?"

"എനിക്കിവിടെ പ്ലാശ്ശേരീലൊന്ന് പോണം."

"പ്ലാശ്ശേര്യോ? നന്നായി. അതെന്റെ നാടാണ്. സാറവടെ വരാറുണ്ടോ?"

അയാൾ ചിരിച്ചുകൊണ്ട് തലയാട്ടി. അതിൽനിന്ന് ഉണ്ടെന്നോ, ഇല്ലെന്നോ ചോദ്യകർത്താവിന് യുക്തംപോലെ ധരിക്കാം. കൂടുതൽ ചോദ്യങ്ങൾ വേണ്ടെന്ന സൂചനയും ഉണ്ട്. പത്രസമ്മേളനങ്ങൾ നടക്കു മ്പോൾ ചില വിരുതൻ പത്രക്കാർ പറയും, പ്രസിദ്ധമായ ആ തലയാട്ടൽ പോര സാർ, ഞങ്ങൾക്ക് വ്യക്തമായ ഉത്തരം ആവശ്യമുണ്ട്.

പ്ലാശ്ശേരിയിലേക്ക് ആദ്യം ചെന്നത് നാല്പതു വർഷം മുൻപാണ്. അയാൾ ഓർത്തു. അവസാനം ചെന്നത് മുപ്പതു വർഷം മുൻപ്. അതി നിടയിലെ പത്തു വർഷങ്ങൾക്കിടയ്ക്ക് എത്ര തവണ അവിടെ പോയി ക്കാണും? ഓർമ്മയില്ല. പിന്നീട് ഇത്രയും കാലത്തെ നീണ്ട ഇടവേളയ്ക്കു

ശേഷം ഇപ്പോൾ എന്തിനു പോകുന്നു? അയാൾ സ്വയം ചോദിച്ചു. ഷൊർണൂരിലേക്കുള്ള ടിക്കറ്റ് ഇപ്പോഴും കീശയിലുണ്ട്.

നാലു ദിവസം നീണ്ടുനിന്ന സ്റ്റേറ്റ് കമ്മറ്റി യോഗത്തിൽ അവസാന മാണ് അയാളുടെ ലീവപേക്ഷ ചർച്ചയ്ക്കെടുത്തത്. മൂന്നു മാസത്തെ ലീവിനു കഴിഞ്ഞ രണ്ടു യോഗങ്ങളിലും അയാൾ അപേക്ഷിച്ചിരുന്നു. സംസ്ഥാനത്തെ സങ്കീർണ്ണമായ സാഹചര്യം മുൻനിർത്തി അപേക്ഷ പരി ഗണിച്ചില്ല. ഇത്തവണ അനുവദിച്ചു.

“എന്താ സീയെൻ വിശേഷം? വല്ല തീർത്ഥാടനത്തിനും പ്ലാനുണ്ടോ?”

ഒരാൾ ചിരിച്ചുകൊണ്ട് ചോദിച്ചു.

എന്തിനാണ് ലീവ്? മന്ദബുദ്ധിയായ മകളുടെ ചില പ്രശ്നങ്ങളാണ് അയാൾ അപേക്ഷയിൽ വിവരിച്ചിരുന്നത്. അവളെ കോൺവെന്റു കാരുടെ സദനത്തിൽ പാർപ്പിക്കണം. അവൾക്ക് ഇപ്പോൾ പതിനഞ്ചു വയസ്സായി. ശരീരത്തിന് നല്ല വളർച്ചയുണ്ട്. യൗവനത്തിന്റെ രൂപാന്തര ങ്ങൾ അവളിൽ കാണാൻ തുടങ്ങി. ഉടുപ്പുകൾ നേരാംവണ്ണം ധരിക്കാനറി യാത്ത അവൾ ഇനിയുള്ള തന്റെ ജീവിതത്തെ ഏതു മട്ടിൽ സൂക്ഷിക്കും?

അവളെ മാറ്റി പാർപ്പിക്കുന്ന കാര്യം ഭാര്യ ഇനിയും സമ്മതിച്ചിട്ടില്ല. അയാളുടെയും ഉള്ളു പൊള്ളുന്നുണ്ട്. അയാളുടെ ഏറ്റവും അടുത്ത സുഹൃത്താണ് അവൾ. വല്ലപ്പോഴും അയാൾ വീട്ടിൽ ചെല്ലുമ്പോൾ അവൾക്ക് സന്തോഷംകൊണ്ട് ഭ്രാന്തു പിടിക്കും.

“പ്ലാശ്ശേരിക്കാരുടെ കാര്യം ഇപ്പഴും വെല്യ കഷ്ടാ സാറെ. ഇവടന്ന് നാലു മൈല് പോണം. ഒരു ഓട്ടോറിക്ഷപോലും അങ്ങട്ട് പോവില്ല. നേരംവെളുക്കാണ്ട് പൊഴക്കടവ് തൊറക്കില്ല. സന്ധ്യായാല് അടക്യേം ചെയ്യും. ഈ സ്റ്റേഷനിലാന്ന് വെച്ചാ ഈയ്യൊരു വണ്ടിക്കു മാത്രേ സ്റ്റോപ്പൊള്ളൊ.”

യുവാവ് പറഞ്ഞു.

ആദ്യവട്ടം ഇവിടെ ഇറങ്ങിയതും ഏതാണ്ട് ഈ നേരത്തായിരുന്നു വെന്ന് അയാൾ ഓർത്തു. അത് വടക്കുനിന്നുള്ള വണ്ടിയായിരുന്നു. അന്ന് നമ്പീശൻ പറഞ്ഞു:

“വെളുക്കാനൊന്നും നിക്കണ്ട. നമുക്ക് നടക്കാം. ഇനിക്ക് രാത്ര്യാ കൂടുതല് വശം.”

അയാൾ ചിരിച്ചു. നാലുനാഴിക നടന്നുചെന്നപ്പോഴാണ് പുഴ. നമ്പീശൻ പലവട്ടം കൂകി. കടത്തുവഞ്ചി വന്നില്ല. നേരം പരപരാ വെളുത്തുവരുന്നതേയുള്ളൂ. സഞ്ചി കടത്തുപുരയിൽ വെച്ചിട്ട് നമ്പീശൻ ചോദിച്ചു:

“ദന്തധാവനത്തിനുള്ള സാമഗ്രികളില്ലേ തന്റെ കൈയില്?”

“കാണും.”

"തൊടങ്ങിക്കോള്വാ. ദാ പൊന്തക്കാട്ടില് ചെന്നിരുന്നാല് പ്രാഥമികോം ആവാം. ഒന്നു ശുദ്ധവായു ശ്വസിച്ച് വെളിക്കിർന്നിട്ട് എത്ര കാലായി? ന്നട്ട് നമക്ക് കുളിക്ക്യാം. എന്റെ കൈയില് അസനവില്വാദീണ്ട്. പിന്നെ വീട്ടീ ചെന്നാല് ആ പണി ലാഭല്ലേ?"

പുഴ സൂര്യകിരണങ്ങളേറ്റ് രമിക്കുമ്പോൾ മുങ്ങിക്കുളിച്ചു. തണുത്തു വിറച്ചു. നമ്പീശൻ പറഞ്ഞു:

"ഡോ, ജെയിലില് മൂത്രക്കൊടത്തിന്റടുക്കല്, കെഴ്കാത്ത ഉടുതുണ്യായിട്ട് കെടുക്കുമ്പൊ ഞാനീ പൊഴേനെ സ്വപ്നം കാണാറുണ്ട്. എത്ര ദിവസം കഴിഞ്ഞാലാ ഇവടെ വന്നൊന്ന് കുളിക്കാമ്പറ്റ്വാ?"

"ജെയിലിന്നെറങ്ങ്യാല് ആദ്യം ഭാരതപ്പൊഴെ പോയി കുളിക്കണം ന്നാർന്നു എന്റെ മോഹം. നമ്പീശൻ അത് തകർത്തു."

"ഡോ, അത് കാര്യാക്കണ്ട. ശതാവരിക്കാട്ടീന്നൊലിച്ചു വരണ വെള്ളാ ഇദ്. തനിക്ക് അകത്തുന്ന് കിട്ട്യ ഭേദ്യങ്ങളൊക്കെ ഈ വെള്ളം ഒപ്പിയെടുക്കും."

"എനിക്കതിന് എന്താ കിട്ട്യേത്? വെറും തലോടല്. നമ്പീശനല്ലേ ആവശ്യല്ലാത്ത പിടിവാശി കാണിച്ച് അവരെ വെറളി പിടിപ്പിച്ച് ഇഞ്ചി ചതയണപോലെ ചതഞ്ഞത്?"

"അവരിടിക്കുമ്പൊ ഇനിയ്ക്കതൊരു സുഖാഡോ. കണ്ണടച്ചങ്ങട് കെടന്നു കൊടുത്താ ഒരുതരം ലഹരി."

പുഴയ്ക്ക് അക്കരെ ഓലകൊണ്ട് കുത്തിമറച്ച ഒരു ചായക്കടയുണ്ട്. അവിടെ നിലത്തുകൂട്ടിയ അടുപ്പിനഭിമുഖം ഇരുന്ന് ഒരു മുസ്ലിംസ്ത്രീ പുട്ടുണ്ടാക്കുന്നു. അടുത്തുകിടക്കുന്ന പായയിൽ രണ്ടു കുട്ടികൾ ഉറങ്ങുന്നുണ്ട്.

"നബീസുമ്മേ, ഞങ്ങക്കെന്തെങ്കിലും തര്വാ. നല്ല വെശപ്പുണ്ട്."

"ആരാദ് നമ്പീശനോ? നമ്പീശനെ വിട്ടൂന്ന് മിനിയാന്ന് പേപ്പറിലാരാണ്ട് വായിച്ചുകേട്ടു. അപ്പൊതൊട്ട് ഇവടെ കടവത്ത് വന്ന് ആളോള് കാത്തിരിക്ക്യാ. ന്നട്ട് ഇപ്പഴാ വരണ്, ഇയ്യ് പൊലച്ചിക്ക്?"

അപരിചിതനായ അയാളെക്കണ്ട് അവർ തട്ടം മുഖത്തേക്കു വലിച്ചു പിടിച്ചു.

"ഇതാരാ, ഇയ്യ് പുതിയാള്?"

"ഇത് സീയെൻ. കേട്ടുട്ട്ല്യേ? മലബാറില് എസ്സെഫിന്റെ സെക്രട്ടറ്യാണ്. ബി.എ. ഓണേഴ്സാ. പഠിപ്പും പത്രാസ്സൊള്ളോര് നമ്മടെ പ്രസ്ഥാനത്തിലിക്ക് വര്വല്ലേ നബീസുമ്മേ?"

"ഇന്റള്ളാ... കുത്തിരിക്ക്. ചായ ദേ, പ്പൊ. ഒറ്റ ആവി."

നമ്പീശന്റെ വിശേഷണങ്ങൾ കേട്ട് അയാൾ കോച്ചി വലിഞ്ഞു ചെറുതായി. നിലത്തു വിരിച്ച പായയിൽ നബീസുമ്മ പുട്ടും ആവി പറക്കുന്ന

കടലക്കറിയും വിളമ്പി. കനവും കടുപ്പവുമുള്ള ചായ. അതു കഴിച്ചു തീർക്കുന്നതിനിടയിൽ നമ്പീശൻ നാട്ടുവിശേഷങ്ങൾ ചോദിച്ചറിഞ്ഞു:

ഇറങ്ങാൻ നേരത്ത് നമ്പീശൻ പറഞ്ഞു.

“കണക്കുവെച്ചോ നബീസുമ്മേ, തരാം.”

“എന്താ നമ്പീശാ നിങ്ങള് പറയണ്. നിങ്ങളൊക്കെ നമ്മടെ സ്വന്തം കുടുമ്മക്കാരല്ലേ?”

ആ സ്ത്രീയുടെ കണ്ണുകൾ നിറഞ്ഞത് അയാൾ കണ്ടു.

“വെളുത്തു തുടങ്ങി സാർ. നമുക്കു നടക്കാം. ഇപ്പൊ ചെല്ലുമ്പഴേക്കും കടത്ത് തൊറന്നിട്ടുണ്ടാവും.”

അയാൾ വിചാരങ്ങളിൽനിന്നുണർന്ന് യുവാവിനൊപ്പം നടന്നു. രണ്ടു ഫർലോംഗ് ചെന്നപ്പോഴേക്കും അയാൾ കിതച്ചു. ആ തണുപ്പിലും വിയർക്കാൻ തുടങ്ങി.

“ബാഗു ഞാൻ പിടിക്കാം, സാർ.”

യുവാവ് പറഞ്ഞു. അയാൾ സമ്മതിച്ചില്ല. പോരാൻ നേരത്ത് മകൾക്കുള്ള കുറച്ച് ഉടുപ്പുകൾ വാങ്ങിവെച്ചതുകൊണ്ട് ബാഗിനു നല്ല ഭാരമുണ്ട്.

“പ്ലാശ്ശേരീല് എവടെ പോണംന്നാണ് സാർ പറഞ്ഞത്?”

യുവാവ് ചോദിച്ചു.

“എനിക്കു നമ്പീശനെ ഒന്ന് കാണണം.”

അയാൾ കിതപ്പിനിടയിൽ പറഞ്ഞു.

“നമ്പീശനോ?”

യുവാവിനു പിടികിട്ടിയില്ല. ഓർമിക്കാൻ ശ്രമിച്ചുകൊണ്ട് വീണ്ടും ചോദിച്ചു:

“നമ്പീശനെന്ന് വെച്ചാല്?”

“പ്ലാശ്ശേരി നാരായണൻ നമ്പീശനെന്നു പറയും.”

“ഓ, വിപ്ലവം നമ്പീശൻ. അങ്ങനെ പറഞ്ഞാലേ ഞങ്ങളറിയൂ.”

യുവാവ് പൊട്ടിച്ചിരിച്ചു.

“അങ്ങോട്ടാണോ പോണത്?”

അയാൾ മറുപടി പറഞ്ഞില്ല. ആ സംഭാഷണത്തിന് അയാള് സ്വയം വിരാമമിട്ടിരുന്നു. കിതപ്പ് വർദ്ധിച്ചു. കൈയിനാണെങ്കിൽ ബാഗിന്റെ കനം കൊണ്ട് അതിയായ കഴപ്പ്. ഇങ്ങനെ നടന്നിട്ട് ഇപ്പോൾ വർഷങ്ങളായി ക്കാണും.

കടവിൽ വഞ്ചിയുണ്ടായിരുന്നു. പുഴ കടക്കുമ്പോൾ അയാൾക്ക് തെല്ല് ആശ്വാസം തോന്നി. നിശ്ശബ്ദമായ യാത്ര. പുഴയിൽ നിറയെ

വെള്ളമുണ്ട്. വെളിച്ചം വീണ് പുഴ ചിലേടത്ത് തിളങ്ങിയിരുന്നു. യുവാവ് അയാളെ ചൂണ്ടി കടത്തുകാരനോട് സ്വകാര്യം പറയുകയാണ്.

"നമ്പീശനിപ്പൊ പഴേ ആളൊന്നുമല്ല സാറെ."

യുവാവ് പറഞ്ഞു. അതുകേട്ട് കടത്തുകാരൻ പുഞ്ചിരിച്ചു.

അയാൾ മറുപടി പറഞ്ഞില്ല.

നമ്പീശന്റെ വീട്ടുപടിക്കലെത്തിയപ്പോൾ യുവാവ് യാത്ര പറഞ്ഞു.

അയാളെ കുനിഞ്ഞു തൊഴുതുകൊണ്ട് യുവാവ് പറഞ്ഞു:

"ഇനി കാണുമ്പോൾ എന്നെ ഓർമ്മിക്കണം സാർ. എനിക്കൊരു ഡെപ്യൂട്ടേഷന്റെ പ്രശ്നമുണ്ട്. അതു ശരിയായാല് വലിയ ഉപകാരമായിരിക്കും. പേപ്പേഴ്സൊക്കെ ഞാൻ തിരുവനന്തപുരത്തുവെച്ചു തരാം."

അയാൾ തലയാട്ടി.

നമ്പീശന്റെ പഴയ വീട് ഇപ്പോഴില്ല. അത് പൊളിച്ചു മാറ്റി മൂലയിലെ ഒരു മുറിമാത്രം ബാക്കി നിർത്തിയിരിക്കുകയാണ്. അതിനോട് ചേർത്ത് ഓലകൊണ്ട് വെച്ചുകെട്ടിയിരിക്കുന്നു. അയാൾ മുരടനക്കിയപ്പോൾ നമ്പീശന്റെ ഭാര്യ വന്ന് വാതിൽ തുറന്നു.

അയാൾ ആദ്യമായി അവരെ കാണുകയാണ്. സ്വയം പരിചയപ്പെടുത്താനൊരുമ്പെട്ടപ്പോൾ അവർ തടഞ്ഞു.

"അസ്സല് കാര്യായി. എനിക്കറിയാം. ഇവടെ എപ്പഴും പറയാറുണ്ട്. പേപ്പറില് കാണിച്ചുതരാറുംണ്ട്. ഇരിക്കൂട്ടോ, ഞാൻ ദാ വരണ്."

അയാൾ തിണ്ണയിൽ ഇരുന്നു. തിണ്ണയിൽ അന്നത്തെ പത്രം വന്നു കിടപ്പുണ്ട്. മുറ്റത്തെ ഉണക്കം പിടിച്ച മണ്ണിൽ നാലഞ്ചു കാശിത്തുമ്പകൾ നനച്ചു വളർത്തുന്നുണ്ട്.

പഴയ വീട്. ചെങ്കല്ലുകൊണ്ടുപണിത രണ്ടു നിലയുള്ള നാലുകെട്ടായിരുന്നു. പടിപ്പുരയോട് ചേർന്ന് വലിയൊരു തൊഴുത്ത്. വീട്ടിലും തൊഴുത്തിലുമൊക്കെയായി ഒച്ചവെയ്ക്കുന്ന വാല്യക്കാർ. തെങ്ങും കവുങ്ങും ഇടതിങ്ങിയ, വേനലിലും നനഞ്ഞു കുളിർന്നു കിടക്കുന്ന പറമ്പ്.

നമ്പീശന്റെ സ്വകാര്യമുറി വടക്കേ കെട്ടിനു മുകളിലായിരുന്നു. ജയിൽവിട്ടു ചെല്ലുമ്പോൾ നമ്പീശൻ അയാളോടു പറഞ്ഞു:

"ഇവിടെ വെല്യ സ്വീകരണൊന്നുംണ്ടാവില്ല. പിന്നെന്താ, നേരാനേരത്തിന് ഭക്ഷണം കിട്ടും. ഒട്ടും മോശല്യാണ്ട്. പിന്നെ തേച്ചുകുളി, പുസ്തകവായന, എഴുത്ത് ഒക്ക്യാവാം."

അന്ന് നമ്പീശൻ ഉത്തരത്തിൽനിന്നും തന്റെ മുറി തുറക്കാനുള്ള താക്കോലെടുത്തു. അടുക്കളക്കെട്ടിലേക്കു ചെന്ന് വെപ്പുകാരനോട് വിളിച്ചു പറഞ്ഞു:

“ഗോപാലൻനായരെ, ഒരാളുകൂടിണ്ടാവും ഒരാഴ്ചയ്ക്ക്.”

ഇപ്പോൾ അകത്തുനിന്നും നമ്പീശന്റെ ശബ്ദം കേൾക്കാം. അദ്ദേഹം ഭാര്യയോട് കയർക്കുന്നു. ഭാര്യ പുറത്തുവന്ന് അയാളെ വിളിച്ചു.

“അകത്തേക്ക് കടന്നോളൂ.”

നമ്പീശൻ അയാളെക്കണ്ട് പൊട്ടിച്ചിരിച്ചു. അദ്ദേഹം ഒരു ചെറിയ ചാരുകസേരയിൽ ചാഞ്ഞിരിപ്പാണ്. കറുത്തും വെളുത്തും കട്ടകുത്തിയ മുടിയും താടിയും. പല്ലുകൾ പലതും കൊഴിഞ്ഞു. അവശേഷിക്കുന്നവ കറപിടിച്ചു കറുത്തതാണ്. അതുകൊണ്ട് വായ തുറന്നു ചിരിക്കുമ്പോൾ ഒരു ഇരുണ്ട ശൂന്യതയാണ് വെളിപ്പെടുന്നത്. കണ്ണുകൾ മാത്രം അസാമാന്യമായി തിളങ്ങി.

തൊട്ടടുത്തുള്ള സ്റ്റൂളിൽ പാതിയായ ഒരു മദ്യക്കുപ്പിയും ഗ്ലാസും ഒരു ഓട്ടുമൊന്തയിൽ വെള്ളവുമുണ്ട്.

“നേതാവോ? വര്വാ വര്വാ.”

അയാൾ ഒന്നും പറയാതെ ആ മുറിയിലെ കട്ടിലിൽ ഇരുന്നു.

“ആഗമനം വളരെ നന്നായി. എന്താന്ന്ച്ചാൽ, ഞാൻ രണ്ടു ദിവസായിട്ട് ഒരു കാര്യത്തെപ്പറ്റിങ്ങനെ ആലോചിക്ക്യാർന്നു. നേതാവിനോട് സംശയം ചോയ്ക്കലോ?”

നമ്പീശൻ ഗ്ലാസിലേക്കു മദ്യം പകർന്ന് വെള്ളമൊഴിച്ച് ഒരിറക്കു കഴിച്ചു.

“എന്താ, നേതാവിന് ഇതു കാണുമ്പോ ഒരസഹ്യത തോന്നണണ്ടോ?”

“ഇല്ല.”

അയാൾ പറഞ്ഞു.

“ഇതു വെഷാണ്. സംശയല്യ. ന്നാല് വെഷോം കുടിക്കണണ്ടല്ലോ ആൾക്കാര് ചെലപ്പോ. ങ്ങാ, ന്താ സംശയംന്ന്വെച്ചാ–”

നമ്പീശൻ തുടർന്നു.

“ഇതൊരു കൊഴഞ്ഞ പ്രശ്നാ. നമ്മുടെ തത്ത്വശാസ്ത്രത്തിലൊന്നും ഇതിനെപ്പറ്റി പറഞ്ഞിട്ടില്യാന്നു തോന്ന്ണു. ലെനിനോ മറ്റോ പറഞ്ഞിട്ടുണ്ടോന്ന് നിശ്ചയല്യാ. മഹാത്മാഗാന്ധീടെ പുസ്തകൊക്കെ ഞാൻ മറച്ചു നോക്കി. അതിലൊന്നും കണ്ടില്ല. അല്ലാ, ചോയ്ക്കണോണ്ട് വിരോധല്ല്യാലോ?”

“നമ്മടെ രാഷ്ട്രീയ പാർട്ടികള് തീരുമാനെടുത്ത്ട്ടുണ്ടോന്ന് ഇനിക്കു നിശ്ചയല്യ ഭരണഘടനേല് വല്ല വകുപ്പും പുത്യേതായിട്ട് എഴ്തി ചേർത്ത്ട്ട്ണ്ടോന്ന് അറീല്യ. നേതാവിന്റെ പാർട്ടിക്ക് ഇതില് എന്താ അഭിപ്രായംന്ന് അറിയാലോ.”

"എന്റെ പാർട്ടിയോ, നമ്പീശാ. നമ്മുടെ പാർട്ടിയല്ലേ?"

അയാൾ ചോദിച്ചു.

"ഓ, അതുകള."

നമ്പീശൻ വല്ലാതെ ഗൗരവത്തിലായി. അദ്ദേഹം കസേരയിൽ നിന്നെഴുന്നേറ്റു. എഴുന്നേറ്റപ്പോൾ ഉടുത്തിരുന്ന ഒറ്റമുണ്ട് അഴിഞ്ഞുവീണു. അതറിയാതെ പൂർണ്ണനഗ്നനായിനിന്ന് അദ്ദേഹം സംസാരിക്കുകയാണ്.

ഭാര്യ പുറത്തുനിന്നും ഓടിവന്ന് മുണ്ടുടുപ്പിച്ചുകൊടുത്തു. അതൊന്നും അദ്ദേഹം ഗൗനിച്ചില്ല.

"എന്തായീ കാണിക്കണേ?"

"നീയപ്പുറത്തു പോകൂ."

നമ്പീശൻ ഭാര്യയെ ശാസിച്ചു. അദ്ദേഹം അയാൾക്കുനേരെ വിരൽ ചൂണ്ടി.

"ഒരു പെൺകുട്ടിക്ക് എത്ര വയസ്സായാലാണ് അവളെ ബലാത്സംഗം ചെയ്യാറാവുക? ഇന്നാള് പേപ്പറില് വായിച്ചു പത്തുവയസ്സായ പെൺകുട്ടീനെ ബലാത്സംഗം ചെയ്തൂന്ന്. കഴിഞ്ഞ ദിവസം വേറൊരു സ്ഥലത്ത് ആറുവയസ്സായപ്പൊ ചെയ്തൂന്ന് കേട്ടു. അങ്ങനെ പലപല വയസ്സാവുമ്പൊ അതിനൊരു കൃത്യല്യാണ്ടായില്ലേ? എത്ര വയസ്സാ കണിശം? തീരുമാനണ്ടോ?"

നമ്പീശന്റെ ശബ്ദം അത്യുച്ചത്തിലായി. ദേഷ്യംകൊണ്ട് അദ്ദേഹം വിറച്ചു. അയാളുടെ അടുത്തേക്ക് ഒരടി മുന്നോട്ടു ചെന്നു.

"ഉണ്ടാന്നാ ചോയ്ച്ചത്?"

അയാൾ മറുപടിയൊന്നും പറഞ്ഞില്ല. ഇരുന്നിടത്തുനിന്ന് അനങ്ങിയും ഇല്ല. നമ്പീശൻ പിന്നെ അടങ്ങി. കസേരയിലിരുന്ന് ഒരു ബീഡി കത്തിച്ചുവലിച്ചു.

അനങ്ങാതെയിരിക്കുന്ന അയാളോടായി പറഞ്ഞു:

"പൊക്കോൾട്ടോ."

നമ്പീശന്റെ ഭാര്യ വാതിൽക്കൽനിന്ന് അയാളോട് പറഞ്ഞു.

"അപ്രത്ത് വെള്ളംവെച്ചട്ട്ണ്ട്. മുഖം കഴുകിക്കോളൂ."

മുഖം കഴുകി വന്നപ്പോൾ ഇറയത്തിന്റെ തിണ്ണയിൽ ഒരിലയിൽ പായസം വിളമ്പി വെച്ചിട്ടുണ്ടായിരുന്നു. ഒരു ഗ്ലാസ് ചായയും. പായസത്തിൽ ചെത്തിപ്പൂവിന്റെ പുളിപ്പും, തുളസിയിലയുടെ എരിവും അയാൾക്കനുഭവപ്പെട്ടു.

"അമ്പലത്തിലെ നിവേദ്യാണ്. ഇഷ്ടണ്ടാവ്വോ?"

"നല്ലതാണ്." അയാൾ പറഞ്ഞു. അയാൾ ചോദിച്ചു.

"മക്കളൊക്കെ?"

"മോള് ബ്രാസിയർ കമ്പനീല് പോണുണ്ട്. ഇപ്പ അവളുക്ക് ആഴ്ച യ്ക്കാഴ്ചയ്ക്ക് കാശ് കിട്ടിത്തൊടങ്ങി. മോൻ കല്ലോര പഠിക്കാൻ പോണു. സ്കൂളീപഠിക്കാൻ ത്തിരി മോശാർന്നേ."

തങ്ങളുടെ ജീവിതം ഒരുവിധം ഭദ്രമാണെന്നറിയിക്കും മട്ടിൽ അവർ പറഞ്ഞു. അതിനെ ന്യായീകരിക്കും മട്ടിൽ ഒരു ചിരി മുഖത്തു വരുത്തു കയും ചെയ്തു.

"എടയ്ക്ക് വെല്ലപ്പഴും ഇങ്ങനെ കുടിക്കുമ്പഴേ കൊഴപ്പൊള്ളു. അല്ലാത്തപ്പള് ഒരു പാവാ."

അയാൾ മൂളി.

"ഊണു കഴിച്ചിട്ടല്ലേ, പോണുണ്ടാവുള്ളൂ?"

"അല്ല, ഞാനിപ്പൊത്തന്നെ എറങ്ങ്വാണ്."

അകത്തേക്കു നോക്കിയപ്പോൾ നമ്പീശൻ ചാരുകസേരയിൽ കിടന്ന് മയക്കത്തിലാണ്. ■

സവാരിവണ്ടി

ഉച്ചതിരിഞ്ഞ സമയം.

ചിറങ്ങര വേലന്റെ ഒറ്റക്കാളയെ പൂട്ടിയ സവാരിവണ്ടി ചെങ്ങാലൂരിൽ പാലപ്പുറത്ത് ഇട്ടിമാത്തുവിന്റെ മാളികയ്ക്ക് മുന്നിൽ വന്നുനിന്നു. ഇട്ടിമാത്തുവിന്റെ കെട്ടിയവൾ കുഞ്ഞാനമ്മയ്ക്ക് വയ്യ. ഒരാഴ്ചയായി അവർ അനങ്ങാതെ മേലോട്ട് മിഴിതുറന്ന് കിടക്കുകയാണ്.

കാളയുടെ കുടമണിനാദം മരവിച്ചുകിടന്ന പാലപ്പുറത്ത് മാളികയെ ഉണർത്തി. മാളികയുടെ എല്ലാ കിളിവാതിലുകളും പെട്ടെന്ന് തുറന്നു. പച്ചവില്ലീസുവെച്ച പട്ടു തിരശ്ശീല നീക്കി വേലൻ വണ്ടിയിൽനിന്നിറങ്ങി. വെള്ളിച്ചെല്ലം കൈയിലെടുത്തു.

മാളികയിലെ പലയിടങ്ങളിൽനിന്ന് നിരവധി കണ്ണുകൾ വിസ്മയിച്ചു. ഏതോ വിദൂരമായ ഓർമ്മകളിൽ പെട്ട് വേലൻ മുറ്റത്ത് കണ്ണടച്ചു നിൽക്കുകയാണ്. മാന്ത്രികമായ നിശ്ശബ്ദത അപ്പോഴും പരിസരത്ത് തങ്ങിനിന്നു.

ഒറ്റമുണ്ട് മാത്രമാണ് വേലൻ ധരിച്ചിരുന്നത്. സ്വർണ്ണക്കസവുവെച്ച ഒരു കുറിയ കച്ചമുണ്ട് തോളിൽ നിന്നെടുത്ത് കൈയിൽ പിടിച്ചിരുന്നു. ആജാനുബാഹു മെല്ലെയൊന്ന് കുനിഞ്ഞു. പിന്നെ നിവർന്നു. സജലങ്ങളായ കണ്ണുകൾ തുറന്നു.

സ്വർണ്ണം കെട്ടിയ രുദ്രാക്ഷമാല കുടവയറിലേക്ക് വീണു കിടന്നിരുന്നു. ചന്ദനത്തിലൊരല്പം പൊന്നു ചേർത്തപോലെയായിരുന്നു ശരീരത്തിന്റെ നിറം. വിരലുകളിലെല്ലാം കനത്ത സ്വർണ്ണമോതിരങ്ങൾ മിന്നി.

ഇട്ടിമാത്തു മാളികയിൽനിന്ന് തിടുക്കപ്പെട്ട് ഇറങ്ങിവന്നു. തൊഴുതുകൊണ്ട് അയാൾ പറഞ്ഞു:

"ഞാൻ വേലനെ ബുദ്ധിമുട്ടിച്ചു. മാപ്പാക്കണം."

"മാപ്പ്ളച്ചൻ അങ്ങനെ പറേര്ത്."

വേലന്റെ തൊണ്ടയിടറി. കണ്ണുനിറഞ്ഞു. വേലൻ മാളികയിലേക്കു കയറി.

വേലൻ വരുമെന്ന് ഇട്ടിമാത്തുവിന് നിശ്ചയമുണ്ടായിരുന്നു. അതേതോ ദൈവികമായ നിശ്ചയമാണ്. തലേന്ന് വേലന്റെ ഓലപ്പുരയിലേക്ക് പാലപ്പുറത്തെ കാര്യസ്ഥന്മാരിലൊരാൾ ചെന്നു. ഇലകളുടെ മർമ്മരമല്ലാതെ മറ്റൊരു ഒച്ചയും അനക്കവും ഇല്ലായിരുന്നു.

ഓലവാതിലടഞ്ഞുകിടന്നു. "വേലാ, വേലാ" എന്ന് കാര്യസ്ഥൻ പലവട്ടം വിളിച്ചു. അവസാനം കരഞ്ഞു വിളിച്ചു. മുറ്റത്തെ കരിനൊച്ചിയും ആടലോടകവും മാത്രം ആ വിളി കേട്ടു. കാഴ്ചയായി കൊണ്ടുപോയിരുന്ന റാക്കുകുപ്പി ഉമ്മറത്തു വെച്ച് നിരാശനായി കാര്യസ്ഥൻ തിരിച്ചു പോന്നു.

നടന്നും വഞ്ചിപിടിച്ചും കാര്യസ്ഥൻ മാളികയിലെത്തി. ഉണ്ടായ സംഗതികൾ വിശദീകരിച്ച് വിലപിച്ചു. ഇട്ടിമാത്തു ആശ വിടാതെ പറഞ്ഞു: "വേലൻ വരും. ഇയ്ക്കറ്യാ വേലൻ വരുംന്ന്."

പിന്നെ തകൃതിയായി ഒരുക്കങ്ങൾ ഏർപ്പാട് ചെയ്യപ്പെട്ടു. നെല്ലറയിൽ പൂഴ്ന്നുകിടക്കുന്ന ചാരായക്കുപ്പികൾ പകർക്കപ്പെട്ടു. ഇളപ്പം വിടാത്ത ഒരു കാള തെങ്ങിൻ ചുവട്ടിൽ വിധി കാത്തുനിന്നു.

ഏഴര പുലർച്ചയ്ക്ക് വേലൻ ഉണർന്നു. നന്നായിട്ടൊന്ന് മുറുക്കി. മുറ്റത്തെ മാതള നാരകത്തിലേക്കു തുപ്പി.

"ന്നാ പൊറപ്പെടല്ലേ?"

ആരോടെന്നില്ലാതെ വേലൻ ചോദിച്ചു.

എളയാനിക്കൽ ചേന്ദു വണ്ടിയുമായി എപ്പോഴോ തയ്യാറായിരുന്നു.

ചേന്ദുവിന്റെ ശുഷ്കിച്ചു കറുത്ത ശരീരത്തിൽനിന്നും കാളയെ തെളിക്കുന്ന ഭീകര ശബ്ദങ്ങൾ പുറപ്പെട്ടു. നെടുമ്പാൾ കടന്ന് രാപ്പാളിലെത്തിയപ്പോൾ നേരം നന്നേ പുലർന്നിരുന്നു. വേലന്റെ വണ്ടിയും കാളയും ആളുകളുടെ ദൃഷ്ടിയിൽപെട്ടു. ആദരവോടെയും ആശ്ചര്യത്തോടെയും ആളുകൾ ആ യാത്ര നോക്കി നിന്നു.

ചെറുവാളിൽ കറുമാലി പുഴക്കരെ വണ്ടിനിന്നു. കടവിൽ വെള്ളമെത്രയുണ്ടെന്ന് കടത്തുകാരൻ മാണിക്യനോട് ചേന്ദു തിരക്കി. ഏറെയില്ലെന്ന് മാണിക്യൻ മറുപടി പറഞ്ഞു. എന്തിനെന്ന് സ്വയമറിയാതെ മാണിക്യൻ പരിഭ്രമിച്ചു.

"വണ്ടിയെങ്ങ്ട്ടാ?"

മാണിക്യന്റെ ചോദ്യം ധിക്കാരമായി ചേന്ദു കണക്കാക്കി. തറച്ചു നോക്കിക്കൊണ്ട് അവൻ പറഞ്ഞു:

"വണ്ടി ചെല്ലേണ്ടതെവിടെക്ക്യാന്ന്ച്ചാ അവടെക്ക്."

വണ്ടി വെള്ളത്തിലേക്കിറങ്ങി. പുഴയുടെ നടുവിലെത്തിയപ്പോൾ കാള നിന്നു. തിരശ്ശീല പൊക്കി വേലൻ പുഴയിലേക്കു നോക്കി. സൂര്യൻ പുഴയ്ക്കു മേൽ ചൊരിയപ്പെടുകയായിരുന്നു. പുഴ ആസകലം ഉണർന്ന്

പുളകംകൊണ്ടു. ആ കാഴ്ച വേലനെ ഉന്മത്തനാക്കി. ഞരമ്പുകൾ സജീവങ്ങളായി. കുളി കഴിഞ്ഞപോലെ വേലൻ ശുദ്ധനും ഉന്മേഷവാനുമായി.

തിരശ്ശീല താണു. കാള വീണ്ടും നീങ്ങി. മെല്ലെയൊന്ന് ആടിയും ചക്രങ്ങളുരഞ്ഞ് ശബ്ദമുണ്ടാക്കിയും വണ്ടി യാത്ര തുടർന്നു.

മാഞ്ഞാംകുഴിയിലും പാഴായിയിലും ജനങ്ങൾ വഴിവക്കിൽ ഇറങ്ങി നിന്ന് വേലന്റെ യാത്രകണ്ടു. കാഴ്ചക്കാരിൽ ഏറെ പേർ സ്ത്രീകളായിരുന്നു. വണ്ടി മുന്നിലെത്തിയപ്പോൾ തങ്ങളുടെ മുലകൾ മറക്കപ്പെട്ടവയല്ലെന്ന പരിഭ്രാന്തി പെട്ടെന്ന് അവരെ ബാധിച്ചു. കൈകൾ മാറത്തു പിണച്ച് കണ്ണുകൾ പാതിയടച്ച് മുഖം താഴ്ത്തി അവർ നിന്നു. ഉച്ചകഴിഞ്ഞപ്പോൾ റെയിൽ പാലം കടന്ന് വണ്ടി പുതുക്കാട് അങ്ങാടിയിലെത്തി.

വേലന്റെ വണ്ടി പോകുന്ന വിവരം ഒരു നിമിഷംകൊണ്ട് അങ്ങാടിയെ ഗ്രസിച്ചു. ചില കുട്ടികൾ കുറെ ദൂരം വണ്ടിയെ അനുഗമിച്ചു. വണ്ടിയിൽ കൈ വെച്ചും തള്ളിയും തലോടിയും അവർ നടന്നു. വണ്ടിച്ചക്രങ്ങളിലെ ചിത്രപ്പണികൾ അവരെ നന്നായി രസിപ്പിച്ചു. വണ്ടി പോവുന്നേടം മുഴുവൻ പോകാൻ കുട്ടികൾ വല്ലാതെ ആഗ്രഹിച്ചു. പക്ഷേ, അമ്മമാരുടെ സ്നേഹം ഭയന്ന് മനസ്സില്ലാ മനസ്സോടെ അവർ തിരിച്ചുപോന്നു.

വാറുവും ലോനയും ചന്തപ്പടിയിലിരുന്ന് ഈച്ചക്കാശ് കളിക്കുകയായിരുന്നു. അവർക്ക് ധാരാളം കാഴ്ചക്കാരുമുണ്ടായിരുന്നു. വാറുവിന്റെ ശില്ലിയിൽ ഒരീച്ച പാട്ടുപാടി പറന്നു വന്നിരുന്നു. അന്നേരം വേലന്റെ വണ്ടി പോവുന്ന വിവരം അവർ കേട്ടറിഞ്ഞു. കളി നിർത്തി അവർ വണ്ടിയെ പിന്തുടർന്നു.

വണ്ടിക്കൊപ്പമെത്താൻ നടന്ന് വാറുവും ലോനയും കിതച്ചു. ലോനയ്ക്ക് പതിവുള്ള വലിവ് വന്നു. വണ്ടിത്തണ്ടിൽ പിടിച്ചുനടന്ന് അവൻ ശബ്ദമുണ്ടാക്കി ശ്വാസം വലിച്ചു. വണ്ടിക്കൊപ്പമുള്ള തങ്ങളുടെ യാത്ര വഴിവക്കിലെ ജനങ്ങൾ കാണുന്നുണ്ടെന്ന് ഓർത്ത് കിതയ്ക്കുമ്പോഴും ഇരുവരും അഭിമാനം കൊണ്ടു.

പാലപ്പുറത്ത് മാളികയുടെ മുന്നിലെത്തിയ സവാരി വണ്ടിയുടെ പിറകിൽ നിഴൽപോലെ വാറുവും ലോനയും ഓച്ഛാനിച്ചു നിന്നു. ഇട്ടിമാത്തു അവരെ നോക്കി. മുഷിഞ്ഞുനാറുന്ന കച്ചമുണ്ടാണ് ഇരുവരും ഉടുത്തിരുന്നത്. ഉന്തി നിൽക്കുന്ന നെഞ്ചിനുമേലെ സാമാന്യം വലിപ്പമുള്ള വെന്തിങ്ങകൾ ധരിച്ചിരുന്നു.

"വേലന്റെ വണ്ടി കണ്ടപ്പോ വിശേഷം തെരക്കാന്നുവെച്ച് പോന്നതാ."

ഇരുവരും ബോധിപ്പിച്ചു. അപ്പോഴാണ് തങ്ങൾക്ക് പിറകിൽ നിൽക്കുന്ന വയറൻ പരമുവിനെ അവർ കണ്ടത്. അവരറിയാതെ അവനെപ്പോഴോ പിറകെ കൂടി. മാളികയെ നോക്കി. അവൻ വാ പൊളിച്ചു നിന്നു. വായിൽ നിന്നൊഴുകിയ തുപ്പൽ വീണ് അവന്റെ വീർത്ത വയർ കുതിർന്നു.

“അടേൃന്ത്രം ണ്ടാവുന്ന്വെച്ചിട്ടാ ശവി പോന്നേട്ക്കണ്.” വാറു ലോന യുടെ ചെവിയിൽ പറഞ്ഞു.

വേലന്റെ വരവറിഞ്ഞ് എച്ചിപ്പാറയിൽനിന്നും പാലപ്പിള്ളിയിൽ നിന്നും ഇട്ടിമാത്തുവിന്റെ തോട്ടം പണിക്കാർ എത്തിയിരുന്നു. അവർ കയ്യാലയിലിരുന്ന് ചറപിറ സംസാരിച്ചു. വാറുവും ലോനയും അങ്ങോട്ടു കയറി. വൈകാതെ അവരുടെ നേതൃത്വത്തിൽ അവിടെ ഈച്ചക്കാശു കളി ആരംഭിച്ചു.

ഇട്ടിമാത്തു വല്ലാത്ത പരുവത്തിലായിരുന്നു. ഒരു ദിവസം പെട്ടെന്ന് കുഞ്ഞാന്നമ്മ തളർന്ന് കിടപ്പാരംഭിച്ചു. പത്തുദിവസമായി ഭക്ഷണം കഴി ച്ചിട്ട്. കണ്ണുകൾ മാത്രം മേലോട്ട് തുറന്നു പിടിച്ചിരുന്നു. മുഖത്തിനോ ശരീരത്തിനോ യാതൊരുടവുമില്ല. നാല്പത്തിയഞ്ചിന്റെ പ്രൗഢമായ തിളക്കം. ഇട്ടിമാത്തു വേലന്റെ ഇരുകൈകളിലും പിടിച്ചു പൊട്ടിക്കരഞ്ഞു. അടുക്കള പണിക്കാരും പുറംപണിക്കാരും അപ്പുറത്തും ഇപ്പുറത്തും ഇറയ ത്തുമിരുന്ന് ഏങ്ങലടിച്ചു. മക്കളും അവരുടെ ഭാര്യമാരും ഭർത്താക്കന്മാരും ശിലപോലെ നിന്ന് കരച്ചിലൊതുക്കി.

മുപ്പതുവർഷങ്ങൾക്കുമുമ്പ് വരാപ്പുഴനിന്ന് പുരവെച്ച വള്ളത്തിൽ പരിവാരങ്ങൾക്കൊപ്പം കുഞ്ഞാന്നമ്മ വന്നു. പാലപ്പുറത്തുകടവിൽ അവ രുടെ വെളുത്ത സുതാര്യമായ കണംകാലുകളും കവണിയും നനയു മ്പോൾ മാളികവീടിന് കഷ്ടകാലമായിരുന്നു. ഇട്ടിമാത്തുവിന്റെ അപ്പനും ഇളയപ്പനും കള്ളും പെണ്ണും തേടി ഭ്രാന്തുപിടിച്ചു നടന്നു. കടപ്പെട്ടു. നില ങ്ങളും കാടും അന്യാധീനമായി.

പക്ഷേ കുഞ്ഞാന്നമ്മ വിളമ്പാൻ തുടങ്ങിയശേഷം കലവും കയിലും ഒഴിഞ്ഞില്ല. പര്യേപ്പുറത്ത് ആൾക്കാർ നിറഞ്ഞു. കാലം പെട്ടെന്ന് മാറി. പാലപ്പുറത്തുകാർ കാട്ടിൽ റബ്ബർ വെച്ചു. തേയില വെച്ചു. പാലപ്പുറത്ത് കൊമ്പനെ വാങ്ങിയപ്പോൾ അവന് ആദ്യത്തെ ഉരുള കൊടുത്തത് കുഞ്ഞാന്നമ്മയാണ്. ഭയന്ന അവളെ ഇട്ടിമാത്തു ഇരു കൈകളിലും പൊക്കിയെടുത്ത് ആനയുടെ അടുത്ത് കൊണ്ടുചെല്ലുകയായിരുന്നു.

വേലൻ ദീനമുറിയിലേക്ക് കടന്നു. ശുഭ്രവസ്ത്രം ധരിച്ച് കുഞ്ഞാന്നമ്മ കിടക്കുകയാണ്. വേലൻ നെറ്റിയിൽ കൈവെച്ചു.

“മാപ്പ്ളച്ചമ്മേ” വേലൻ വിളിച്ചു.

കുഞ്ഞാന്നമ്മയുടെ മുഖത്ത് നേരിയ മന്ദഹാസം വിടർന്നു. ആ മുഖം പതിവിലേറെ മനോഹരമായി തീർന്നു. ആകാംക്ഷയോടെ ഇട്ടിമാത്തു ആ ചുവന്ന ചുണ്ടുകളിലേക്ക് നോക്കി.

“അടേൃൻ ചെറ്ങ്ങരെ വേലച്ചെക്കനാണ്.” വേലൻ സ്വയം പരിചയ പ്പെടുത്തി. എന്നിട്ടു ചിരിച്ചു. കുടവയറും രുദ്രാക്ഷമാലയും കുടുമയും ചിരിയിൽ കുലുങ്ങി.

വേലൻ പുറത്തുകടന്നു. ഇടനാഴിയിലെ ഇരുട്ടിലേക്ക് നോക്കി വേലൻ വിളിച്ചു ചോദിച്ചു:

“മൊലേല് പാലൊള്ള പെണ്ണുങ്ങൾണ്ടോവ്ടെ?”

“ഇണ്ട്.”

പതിയാറ്റിൽ നാണി വെളിപ്പെട്ടു. അവരുടെ മറയ്ക്കാത്ത മാറിലെ മുലക്കണ്ണുകൾ എത്തിനോക്കി. വേലനെ കണ്ടപ്പോൾതന്നെ അവ ചുരന്നിരുന്നു. ഒരു ഗുളിക വേലൻ അവർക്കു നീട്ടി.

“അരച്ച് അലിയിച്ച് കൊടുക്ക്വാ, രണ്ടുവട്ടം.”

ഇട്ടിമാത്തു പറഞ്ഞു: “വേലന് കുളിക്കാം. വിശ്രമിക്കേം ആവാം, മോളില്.”

അസ്തമിച്ച് രണ്ടു നാഴികരാച്ചെന്നിരുന്നു, ഒരു ഭൃത്യൻ റാന്തലുമായി മുന്നേ നടന്നു. കടവിലുരുമ്മി പുഴ ആലസ്യം പൂണ്ടുകിടന്നു. പുഴയുടെ കുളിരിലേക്ക് വേലൻ കാൽവെച്ചു.

അക്കരെ കുറുമാലിക്കാവിലെ വെളിച്ചങ്ങൾ കണ്ടു. വേലൻ പുഴയോട് സംസാരിച്ചു. ചോര പടരുന്ന ഉടുപുടവ വലിച്ചെറിഞ്ഞപോലെ പുഴ അന്നേരം ചോന്നു. കൈകളിൽ ചോര പുരണ്ട് പരിഭ്രമിച്ചുനിൽക്കുന്ന വേലനെ വേലൻ കണ്ടു.

തേച്ച ഓട്ടുവിളക്കുപോലെ നിറമുള്ള ഒരു പെൺകിടാവിന്റെ ആക്രന്ദനം പുഴയിൽ പിന്നെയും പിന്നെയും പ്രതിദ്ധ്വനിച്ചു. പാദസരമണിഞ്ഞ രണ്ടു കാലുകൾ പിടഞ്ഞുകൊണ്ടിരുന്നു. കുളിക്കാതെ റാന്തലിന് പിറകിലായി വേലൻ തിരിച്ചുപോന്നു.

അച്ഛൻ ഉണ്ണിച്ചെക്കന്റെയൊപ്പം മാളികയിൽ ആദ്യമായെത്തുമ്പോൾ വേലന് ഞരമ്പുകളിൽ കിനാവുകൾ ഒഴുകുകയായിരുന്നു.

“അടേ്യന്റെ തന്ത ഉണ്ണിച്ചെക്കനെ ഓർമ്മീണ്ടോ മാപ്പ്ളച്ചന്?”

“മാപ്പ്ളച്ചനന്ന് ചെറുപ്പാ. അടേ്യനും ചെറുപ്പാ. വാലും തുമ്പും തിരിച്ചറീല്യാ.”

മാളികമുകളിൽ വേലൻ വിശ്രമിക്കുകയായിരുന്നു. കുടത്തിൽനിന്നും കുടുക്കയിലേക്ക് ഇട്ടിമാത്തു കള്ളുപകർന്നു. ഇലച്ചീന്തിലെ മുളകുചമ്മന്തി വേലൻ തൊട്ടുനക്കി.

“പെങ്കിടാവിന് കൈപ്പെഴ പറ്റീന്നറഞ്ഞപ്പൊ, പറ്റാലോ കൈപ്പെഴ, വാലും തുമ്പും തിരിച്ചറീല്യല്ലോ, പ്രായതല്ലേ? അടേ്യന്റെ തന്തക്കന്ന് കാളേം. വണ്ട്യൂല്യ. വഞ്ചീലാപോന്നേ. കുറുമാലിക്കാവില് ഭരണ്യായ്ര്ന്നു പിറ്റേന്ന്!”

ഇട്ടിമാത്തു പരിഭ്രമത്തോടെ വേലനെ നോക്കി. പരിസരങ്ങൾ നോക്കി. മുറിയിൽ മറ്റാരുമില്ല.

"എടവാട് കഴിഞ്ഞിട്ട് അട്യേന്റെ തന്തേം മാപ്പ്ളച്ചന്റപ്പനും മിനുങ്ങാര്ന്ന്. നേരം പാതിര. അട്യേനൊന്നു കണ്ണുചിമ്മി തൊറന്നു. ചോരേടെ കൈലാസാ കാഴ്ച. ഉടുപെട നനഞ്ഞു മുങ്ങി. മുറി നെറഞ്ഞു. പെങ്കിടാവിന്റെ ചുണ്ടൊന്നെനങ്ങീട്ടോ. ന്താ പറഞ്ഞേന്ന് അട്യേന് തിരിഞ്ഞില്യ."

വേലൻ കരഞ്ഞു. കുടുക്കയിലുള്ളത് ഒന്നായി മോന്തി കുടിച്ചു.

ഇട്ടിമാത്തു വെപ്രാളപ്പെട്ട് മാളികമുറിയുടെ ജനലുകൾ അടയ്ക്കാൻ തുടങ്ങി. പുറത്ത് വെപ്പുപണി തകൃതിയായി നടക്കുകയാണ്. വെപ്പുപുരയിൽനിന്ന് ആവിയും പുകയും പണിക്കാരുടെ കലമ്പലും ഉയർന്നു.

വേലന്റെ വരവ് പ്രമാണിച്ച് നെല്ലായിൽനിന്ന് പ്രത്യേകം കുശിനിക്കാർ എത്തിയിട്ടുണ്ട്. വാറുവും ലോനയും കാളക്കിടാവിനെ തോലുപൊളിക്കാൻ ഉത്സാഹിച്ചു സഹായിക്കുകയാണ്. പരമു ആ കാഴ്ച നോക്കിനിന്നു. സന്തോഷം ഒതുക്കാനാവാതെ അവൻ ചിലപ്പോഴൊക്കെ ഇളിച്ചു.

മുറിയുടെ വാതിലിൽ ആരോ ഉറക്കെ തട്ടി. ഇട്ടിമാത്തു പരിഭ്രമത്തോടെ ചെന്ന് കതക് തുറന്നു. മോൾ എൽസമ്മ തിടുക്കത്തോടെ പറഞ്ഞു:

"അമ്മച്ചി ഒണർന്നു. വെള്ളം ചോദിച്ചു."

"ഉവ്വോ?" ഇട്ടിമാത്തു സന്തോഷംകൊണ്ട് വീർപ്പുമുട്ടി.

"മാപ്പ്ളച്ച്യമ്മയ്ക്ക് പൊട്യേരിക്കഞ്ഞി കൊടുത്തോളൂ. കായമെഴുക്കരട്ടീം." കുടുക്ക മടിയിലുറപ്പിച്ചുവെച്ച് വേലൻ നിർദ്ദേശിച്ചു. വേലന്റെ കുടുമ അഴിഞ്ഞ് വീണിരുന്നു. നെറ്റിയിൽ വിയർപ്പ് പൊടിഞ്ഞു.

കയ്യാലയിലും തളത്തിലും ഇലവെച്ചു. വാറുവിന്റെയും ലോനയുടെയും അടുത്തിരുന്ന് പരമു പരിസരം മറന്ന് ഉണ്ണാൻ തുടങ്ങി. വിളമ്പുകാർ ക്ഷീണിച്ചു. കാളയുടെ വലിയ എല്ലുകൾ എട്ടുദിക്കും മുഴങ്ങുമാറ് ഉച്ചത്തിൽ പരമു കടിച്ചു പൊട്ടിച്ചു.

മാളികയിലെ ബഹളമൊഴിഞ്ഞ് ദീപങ്ങളണഞ്ഞപ്പോൾ പാതിര കഴിഞ്ഞിരുന്നു. കഞ്ഞിയും മെഴുക്കുപുരട്ടിയും കഴിച്ചു കുഞ്ഞാന്നാമ്മ കിടന്നുറങ്ങി. ഗാഢമായ നിദ്രയിൽ അവർ മെല്ലെ പുഞ്ചിരിച്ചു. എന്നത്തേക്കാളേറെ അവരുടെ മുഖം ശാന്തവും പ്രസന്നവുമായിരുന്നു.

ഊണുകഴിഞ്ഞ് വേലൻ കിടന്നു. കിടക്കും മുൻപെ ഒന്നു മുറുക്കി. ഏഴര പുലർച്ചയ്ക്ക് ഉണർന്നശേഷവും വെള്ളിച്ചെല്ലം തുറന്ന് നന്നായിട്ടൊന്ന് മുറുക്കി.

"ന്നാ പുറപ്പെടാം ല്ലെ?" ആരോടെന്നില്ലാതെ വേലൻ ചോദിച്ചു.

തന്റെ മരവിച്ച മുഖവും ഭീകരമാംവണ്ണം ശോഷിച്ച ശരീരവുമായി ചേന്ദു വണ്ടിയിൽ കാത്തിരിക്കുകയായിരുന്നു. കാള അക്ഷമ കാട്ടി. വാറുവും ലോനയും ഉറക്കച്ചടവോടെ വണ്ടിയുടെ പിന്നിൽനിന്നു. മാളികയിൽനിന്ന് എല്ലാവരും ഉമ്മറത്തേക്ക് ഇറങ്ങിവന്നു.

ഇട്ടിമാത്തു വേലന്റെയൊപ്പം മുറ്റത്തേക്കിറങ്ങി. വേലനുള്ള സമ്മാന ങ്ങളുമായി ഇട്ടിമാത്തുവിന്റെ കാളവണ്ടിയും മുറ്റത്ത് തയ്യാറായിരുന്നു. അതുകണ്ട് വേലൻ ചോദിച്ചു:

“ദെന്താദ്?”

“കൊറച്ചരീം, കൊറച്ച് മലക്കറീം. വേലൻ സ്വീകരിക്കണം.”

“അദ് വേണ്ട മാപ്പ്ളച്ചാ. അട്യേന് മാപ്പ്ളച്ചന്റെ സ്നേഹം മതി.”

ഇട്ടിമാത്തു വേലന്റെ കൈകൾ കൂട്ടിപ്പിടിച്ചു. നന്ദിയും സ്നേഹവും സന്തോഷവുംകൊണ്ട് ഇട്ടിമാത്തു കരഞ്ഞു.

“അട്യേൻ വെടൊള്ളട്ടെ.”

ഒറ്റ സവാരി വണ്ടി ശബ്ദത്തോടെ നീങ്ങി. അപ്പോഴും വെളുത്തു തുടങ്ങിയിരുന്നില്ല. വണ്ടിയുടെ പിറകെ നടന്ന് വാറുവും ലോനയും തണുത്തുവിറച്ചു. കൈകൾ നെഞ്ചിൽ പിണച്ച് അവർ തൂങ്ങിപ്പിടിച്ചു നടന്നു.

വഴിവക്കിലെ ഇലകളിലും പൂക്കളിലും മഞ്ഞ് തുള്ളിയിട്ടു നിന്നു. മൂടൽമഞ്ഞിന്റെ സുതാര്യതയെ കീറിമുറിച്ചുകൊണ്ട് വണ്ടി മുന്നോട്ടു നീങ്ങി. പിറകിലായി സൂര്യൻ മെല്ലെ മെല്ലെ ഉദിച്ചുവന്നു. വണ്ടിച്ചക്ര ങ്ങളുടെ ശബ്ദം അപ്പോൾ കേൾക്കാനില്ലാതായിരുന്നു. കാളയുടെ കുടമണിയൊച്ചയുമില്ല. ചേന്ദുവിന്റെ സീൽക്കാരങ്ങളുമില്ല.

എപ്പോഴോ ഉറക്കച്ചടവിൽനിന്ന് കണ്ണുമിഴിച്ചപ്പോൾ വാറുവിന്റെയും ലോനയുടെയും മുന്നിൽ വണ്ടി ഉണ്ടായിരുന്നില്ല. അവർ അന്തംവിട്ടു. ഗതി യറ്റ പോലെ രണ്ടുപേരും വഴിവക്കിൽ നിന്നു.

അപ്പോൾ പാലപ്പുറത്ത് മാളികവീട്ടിൽനിന്നും ഉയർന്ന കൂട്ടനിലവിളി അവർ കേട്ടു.

■

ആത്മകഥയ്ക്ക് ഒരാമുഖം

ഇത്രകാലം ഈ ഭൂമുഖത്ത് ജീവിച്ചതല്ലേ, ഇനിയൊരു ആത്മകഥ എഴുതിയാലോ എന്ന് ആലോചിക്കുകയാണ്. എന്റെ എഴുത്ത് എങ്ങനെയുണ്ടാകുമോ എന്തോ? വലിയ വായനക്കാരനൊന്നുമല്ലെങ്കിലും സാഹിത്യത്തിൽ പണ്ടുമുതലേ ഒരു താത്പര്യമുണ്ട്. പുകൾപെറ്റ സാഹിത്യകാരന്മാരോട് ആരാധനയും. അതൊരുപക്ഷേ കാട്ടൂർ പോംപെ സെന്റ്മേരീസ് ഹൈസ്കൂളിലെ വാര്യരുമാഷടെ ക്ലാസിൽ നിന്നു ലഭിച്ചതാവണം. രണ്ടു വാര്യരു മാസ്റ്റർമാർ അന്നവിടെ ഉണ്ടായിരുന്നു. ഒരാൾ മലയാളം പണ്ഡിറ്റും മറ്റേയാൾ സംസ്കൃതം പണ്ഡിറ്റും. സംസ്കൃതം വാര്യരുമാഷെ കുട്ടികൾക്കു നല്ല ഭയമായിരുന്നു. ഞങ്ങളുടെ തൊട്ടുള്ള എ ഡിവിഷനിലാണ് സംസ്കൃതം പഠിപ്പിച്ചിരുന്നത്. അവിടെ നിന്ന് വാക്യങ്ങൾ അന്വയിക്കുന്നതിന്റെ മുഴക്കവും മാഷടെ ചൂരലടിയുടെ ഒച്ചയും ഒപ്പം കുട്ടികളുടെ കരച്ചിലും ഉയർന്നു കേൾക്കും.

മലയാളം പണ്ഡിറ്റ് വാര്യരുമാഷ് പൊതുവെ ജനകീയനായിരുന്നു. അദ്ദേഹത്തിന് ക്ലാസിലെ ഓരോ കുട്ടിയേയും അവന്റെ വീട്ടുചരിത്രവും അറിയാം. ഭാഷയിലും സാഹിത്യത്തിലും അസാമാന്യ പണ്ഡിതൻ. അവസാന വാക്ക് എന്നൊക്കെ പറയില്ലേ, അത്. തൃപ്പുണിത്തുറക്കാരനാണെന്നു പറഞ്ഞാൽ മതിയല്ലോ, എല്ലാം അതിൽ അടങ്ങും. ക്ലാസുകൾ നാടകം പോലെയാണ്. എല്ലാ റോളും മാഷു തന്നെ അഭിനയിക്കും. ഇടയ്ക്ക് മേശപ്പുറത്ത് കയറിയിരുന്ന് ധർമ്മവിചാരങ്ങൾ നടത്തും. ഇവിടെ വന്ന് വാടകയ്ക്കു താമസിക്കുന്ന ആളാണെങ്കിലും രാഷ്ട്രീയം ഒഴികെയുള്ള നാട്ടുകാര്യങ്ങളിൽ അദ്ദേഹം സജീവമായി ഇടപെട്ടിരുന്നു. പൂട്ടിക്കിടന്നിരുന്ന ഗ്രാമീണ വായനശാല അദ്ദേഹത്തിന്റെ ശ്രമഫലമായി തുറന്നു. വായനശാലയുടെ ധനശേഖരാർത്ഥം ടി.എൻ. ഗോപിനാഥൻ നായരുടെ 'പരീക്ഷ' നാടകം കളിച്ചപ്പോൾ ടിക്കറ്റു വിൽക്കാൻ ഞങ്ങൾ കുട്ടികൾ നടന്നത് എനിക്ക് നല്ല ഓർമ്മയുണ്ട്. ഇവിടത്തെ നവപ്രഭ കലാസമിതി വാര്യരുമാഷടെ ശ്രമഫലമായി ഉണ്ടായതാണ്.

ഞങ്ങളുടെ ഗ്രാമത്തിന് അത്ര വലിയ സാഹിത്യപാരമ്പര്യമൊന്നും ഇല്ല. എന്നാൽ കുറച്ചൊക്കെ ഉണ്ടുതാനും. പണ്ടേക്കു പണ്ടേ ഒരു ഹൈസ്കൂൾ ഉണ്ടായിരുന്നതുകൊണ്ട് വിദ്യാഭ്യാസത്തിൽ കുറച്ചു

മേൽക്കയ്യുണ്ട്. ഡോക്ടർമാരും എഞ്ചിനീയർമാരും വലിയ ബാങ്ക് ഉദ്യോഗസ്ഥന്മാരും ധാരാളം ഇവിടെന്നുണ്ട്. പക്ഷേ സുകുമാരകലകൾ, നടനം, നർത്തനം, ഗാനം ഇത്യാദികളിൽ വലിയ കമ്പമില്ല. കാണും, അഭിപ്രായം പറയും. അത്രമാത്രം. പൊതുവെ മനസ്സമാധാനം തരുന്ന കാര്യങ്ങളിലാണ് താത്പര്യം. കച്ചവടം, മുടക്കുമുതൽ, പലിശ, പിഴപ്പലിശ, സ്റ്റേഷനറി, ഗഡുവ്, തിരിച്ചടവ്, തേയ്മാനം, പണിക്കൂലി, അനാമത്ത്. ഇങ്ങനെ കണക്കും കാര്യവും എല്ലായ്പ്പോഴും കൃത്യമായിരിക്കുന്ന സംഗതികളുണ്ടല്ലോ. ഏതൊരു കാര്യത്തിലും ന്യായമായ ലാഭം പ്രതീക്ഷിക്കുന്നു. അത് നൂറ്റുക്ക് രണ്ട് എന്നതിൽ കുറഞ്ഞോ കവിഞ്ഞോ ആകരുതെന്നുണ്ട്. ഞങ്ങൾ ഇപ്പോൾ ഓഹരിയെടുത്തു നടത്തുന്ന കുമരംചിറ ദേവി ഫൈനാൻസിലും ഇപ്പറഞ്ഞ മട്ടിലാണ് നിരക്ക്. ലാഭത്തിൽ രണ്ട് ധാർമ്മികവൃത്തികൾക്കായി ചെലവഴിക്കുന്നു. അത് എന്റെ നിർബന്ധമാണ്.

സാഹിത്യ പാരമ്പര്യത്തെക്കുറിച്ച് പറഞ്ഞാൽ, പണ്ട് ഇവിടത്തെ പഞ്ചായത്ത് പ്രസിഡണ്ടായിരുന്ന കൃഷ്ണൻമാഷ് 'കേരളസഞ്ജയൻ' എന്നൊരു മാസിക ഇറക്കിയിരുന്നതായി കേട്ടിട്ടുണ്ട്. ഞങ്ങളുടെ ഓർമ്മ തുടങ്ങുന്നതിനും മുമ്പാണ്. കാട്ടൂർ അബ്ദുൾഖാദർ എന്ന ഒരാളുടെ നോവൽബുക്ക് വാര്യരുമാഷ് വായനശാല നടത്തിയിരുന്ന കാലത്ത് അവിടെ സൂക്ഷിച്ചിരുന്നു. ഈ അബ്ദുൾഖാദർ തൃശ്ശൂർ എഞ്ചിനീയറിംഗ് കോളേജിൽ പഠിച്ചയാളാണ്. പഠിപ്പു പൂർത്തിയാക്കാതെ നാടുവിട്ടു. പിന്നെ സ്വീഡൻ എന്ന യൂറോപ്യൻ രാജ്യത്തു ചെന്നുപെട്ടു. അവിടെ ഡോക്ടർ ആയിരുന്നുവത്രെ. ഒരു മദാമ്മയെ കല്യാണം കഴിച്ചതായും പറയപ്പെടുന്നു. പ്രധാനമായും പറയാനുള്ളത് ടി.വി.കൊച്ചുബാവ എന്ന കഥയെഴുത്തുകാരന്റെ കടന്നു വരവാണ്. അദ്ദേഹംവഴി ഞങ്ങളുടെ ഗ്രാമത്തിന് സാമാന്യം പ്രശസ്തിയുണ്ടായി. ഉച്ചസ്ഥായിയിൽ നിൽക്കുന്ന സമയത്തു തന്നെ ആൾ അന്തരിച്ചു എന്ന ദുഃഖമുണ്ട്. ഇപ്പോഴത്തെ പ്രശസ്തയായ നോവലിസ്റ്റ് ഖദീജാ മുംതാസും ഞങ്ങളുടെ നാട്ടുകാരിയാണ്. പക്ഷേ വർഷങ്ങളായി അവർ കോഴിക്കോട്ടു നഗരത്തിലാണ് താമസം.

ഇപ്പോൾ ഇവിടെ ചരുവിൽ അശോകൻ എന്നൊരാൾ ഉണ്ട്. ഇദ്ദേഹത്തിന്റെ ബുക്കുകൾ അധികമൊന്നും വായിച്ചിട്ടില്ലെങ്കിലും ചില രചനകൾ നോക്കിയപ്പോൾ എനിക്ക് കഷ്ടം തോന്നി. വാര്യരുമാഷടെ പഴയ മലയാളം ക്ലാസുകൾ ഓർമ്മ വന്നു. കാരണം അത്രയധികം ഭാഷാവൈകല്യങ്ങൾ കാണാനുണ്ട്. ഏതാനും വർഷങ്ങൾക്കു മുമ്പ് ഇയാൾ ഇവിടത്തെ കമ്മ്യൂണിസ്റ്റ് കക്ഷിക്കാരുടെ കൂടെ നടക്കുന്നതായി ശ്രദ്ധയിൽ പെട്ടിട്ടുണ്ട്. ഒരു സുപ്രഭാതത്തിൽ സാഹിത്യകാരനായി വന്ന് അവതരിച്ചു. ഇദ്ദേഹം യഥാർത്ഥ സാഹിത്യകാരനാണോ അതോ പ്രച്ഛന്ന സാഹിത്യവേഷധാരിയായ രാഷ്ട്രീയക്കാരനാണോ എന്ന സംശയം നിലനിൽക്കുന്നുണ്ട്. ഒരാൾ പറഞ്ഞുകേട്ടു, ഇദ്ദേഹം അങ്ങനെ കഥയെഴുത്തൊന്നും പതിവില്ലത്രെ. ഉപായത്തിന് എന്തെങ്കിലും എഴുതും.

പിന്നെ നടന്നു പ്രസംഗമാണ്. ഇദ്ദേഹത്തിന് വെൺകുളം ജനാർദ്ദനൻ വക്കീൽ സ്മാരക അവാർഡ് കിട്ടിയതിന്റെ പേരിൽ നാട്ടിൽ ഒരു സ്വീകരണം കൊടുത്തിരുന്നു. അതിനിടെ എഴുത്തിനെപ്പറ്റി ഞാൻ തഞ്ചത്തിൽ ചോദിച്ചു. എഴുത്തൊന്നും അങ്ങനെ ഇല്ല എന്ന് അദ്ദേഹം സമ്മതിച്ചു. സാഹിത്യകാരനായിക്കഴിഞ്ഞില്ലേ? ഇനി എഴുതേണ്ട കാര്യമില്ല. പിന്നെ സമയത്തിന്റെ പ്രശ്നമുണ്ട്. അവാർഡ് കൊടുക്കുക, വാങ്ങുക, മഹാരഥന്മാരോടൊപ്പമിരുന്ന് അവാർഡുകൾ തീരുമാനിക്കുക. സ്വീകരണം. പ്രസംഗം. അതിനായുള്ള യാത്ര. ഈ അവാർഡു വകയിൽ ത്തന്നെ ഏഴാമത്തെ സ്വീകരണമാണത്രെ ഇത്.

പറഞ്ഞു വന്നത് എന്റെ സാഹിത്യാഭിരുചിയെക്കുറിച്ചാണല്ലോ. വാര്യരുമാഷടെ ക്ലാസ് ഇപ്പോൾ ഓർമ്മ വരുന്നു. ഞങ്ങൾക്ക് "ചണ്ഡാല ഭിക്ഷുകി" എന്ന കാവ്യത്തിലെ ഒരു ഭാഗം പഠിക്കാനുണ്ടായിരുന്നു. ഏതു മനുഷ്യനും കടുത്ത ദാഹവും പരവശവും ഉണ്ടാക്കുന്ന മട്ടിലാണ് അന്ന് മാഷ് വെയിലിനെ വർണ്ണിച്ചത്. യുവയോഗിക്ക് ദാഹജലം കൊടുക്കാതെ ചണ്ഡാലകന്യക തെല്ലുസമയം തമ്പിട്ടു നിന്നതിനെ വിവരിച്ചപ്പോൾ മാഷ് സംശയം എന്നല്ല സന്ദേഹം എന്നാണ് പറഞ്ഞത്. വേണമോ, വേണ്ടയോ? പിന്നെ അവൾ അലിഞ്ഞു. മറ്റു നിവൃത്തിയില്ല. കാരണം അവൾ കല്ലോ ഇരുമ്പോ അല്ല. സത്രീയാണ്. ജലം യാചിക്കുന്നതാകട്ടെ പുരുഷനാണ്. സുന്ദരനായ യുവയോഗി. അതേസമയം കൊടും വേനലുണ്ടാക്കിയ ദാഹമാണ് ജലം യാചിക്കാൻ യോഗിയെ പ്രേരിപ്പിച്ചത്. ആചാരങ്ങളെ ലംഘിച്ച് അദ്ദേഹം നീർ ചോദിച്ചു. സ്വധർമ്മം ലംഘിച്ച് അവൾ അതു കൊടുത്തു. ഓരോരുത്തർക്കും ഓരോ ധർമ്മം എന്നുണ്ടല്ലോ. സ്വധർമ്മം. അതനുസരിച്ചായിരിക്കണം കർമ്മങ്ങൾ. ജന്മം കൊണ്ടാണ് സ്വധർമ്മം നിശ്ചയിക്കപ്പെടുന്നതെന്ന് ഗീതയും സ്മൃതികളും പറയുന്നുണ്ട്. മാഷ് ഒരു തമാശ പറഞ്ഞു.

"നോക്ക്, നമ്മുടെ പി.സി. മനോമോഹനൻ തന്റെ സ്വധർമ്മം അനുസരിച്ച് സദാ നിലത്തിരിക്കുന്നതു കണ്ടില്ലേ?"

ക്ലാസിൽ കൂട്ടച്ചിരി ഉണ്ടായി. ക്ലാസിനു പിന്നിൽ നിലത്ത് ചമ്രം പടിഞ്ഞിരിക്കുന്ന മനോമോഹനൻ മാത്രം ഒന്നും മനസ്സിലാകാതെ മിഴിച്ചു നോക്കി.

വാര്യരുമാഷ് വിളിക്കുമ്പോൾ മാത്രമാണ് അവന്റെ പേര് മനോമോഹനൻ എന്നാണെന്നു ഞങ്ങൾ ഓർക്കുക. മറ്റു അധ്യാപകരും ഞങ്ങൾ കുട്ടികളും അവനെ ചൂരലാമ എന്നാണ് വിളിച്ചിരുന്നത്. പഠിപ്പിൽ തീരെ പിന്നിലുള്ള കുട്ടിയാണ് മനോമോഹനൻ. കണക്കിൽ കുറച്ചു വ്യൽപ്പത്തിയുള്ളതുകൊണ്ട് ചാക്കോരു മാഷക്ക് അവനോട് ലേശം പ്രതിപത്തിയുണ്ട്. മാഷാണ് അവന് ചൂരലാമ എന്നു പേരിട്ടത്. ആൾ കറുത്തു കുരുടിച്ചതുകൊണ്ട് ആ പേരങ്ങനെ ഉറച്ചു. ആളുകളെ കാണുമ്പോൾ ഉൾവലിയുന്ന പ്രകൃതമുണ്ട്. സ്കൂൾവിട്ടാൽ കണ്ണാറ്റുചിറയിൽ

നീന്തിനടക്കലാണ് അവനു മുഖ്യം. നെടുമ്പുരയ്ക്കലെ മാവിന്റെ തുഞ്ചത്തേക്ക് ഉടുമ്പ് കയറുന്നതു പോലെ കയറും. ഭാഷാവിഷയങ്ങൾ മനോമോഹനന് കീറാമുട്ടിയായിരുന്നു. അക്ഷരം തന്നെ പിശകാണ്. തലേന്നാൾ പഠിപ്പിച്ച പദ്യഭാഗങ്ങൾ കാണാപ്പാഠം പഠിച്ചു വരാത്തതിന് വാര്യരുമാഷ് കൊടുക്കുന്ന ശിക്ഷയാണ് ക്ലാസിന്റെ പിറകിൽ പോയുള്ള ചമ്രംപടിഞ്ഞിരിക്കൽ. പിന്നെ പിന്നെ മാഷ് ക്ലാസിലേക്കു കടക്കുമ്പോൾത്തന്നെ അവൻ നിരായുധനായി ബെഞ്ചിൽ നിന്നിറങ്ങിപ്പോയി നിലത്തിരിക്കും. ഈ മനോമോഹനന്റെ അമ്മ ഞങ്ങളുടെ വീട്ടിൽ പുറംജോലികൾക്കായി വന്നിരുന്നു. പേര് ഓർമ്മയില്ല. വല്ലാതെ മെലിഞ്ഞ ഒരു സ്ത്രീ. പണിസ്ഥലത്തേക്ക് അമ്മയെ കാണാൻ വരുമ്പോൾ അവൻ എന്നെ നോക്കില്ല. കണ്ട ഭാവമില്ല അപ്പോൾ. വീടിന്റെ വടക്കേപ്പുറത്തോ കയ്യാലയിലോ ഇരുന്ന് അമ്മയും മകനും കഞ്ഞി കുടിക്കുന്നത് ഞാൻ കാണും. ഒരിക്കൽ അമ്മ അവനോട് പറയുന്നതു കേട്ടു:

"വേഗം വെലുതായിട്ട് കാട്ടൂപ്പാടത്ത് കൊത്തിക്കളക്കണ്ട ചെക്കനല്ലെ, ഇത്തിരിംകൂടി കഞ്ഞി കുടിക്ക്. ദേ മുതിരപ്പുഴയ്ക്ക്."

ചണ്ഡാലഭിക്ഷുകി ക്ലാസു കഴിഞ്ഞപ്പോൾ എനിക്കു ചില സംശയങ്ങൾ ഉണ്ടായി. സന്ദേഹം എന്നുതന്നെ പറയാം. എന്താകുന്നു സ്വധർമ്മം? ജന്മവശാൽ ആണ് സ്വധർമ്മം നിശ്ചയിക്കപ്പെടുന്നതെങ്കിൽ അതിനുള്ള കാരണം എന്ത്? അക്കാലത്തെ എന്റെ പ്രകൃതം അതായിരുന്നു. ഒരു കാര്യം മനസ്സിൽ കയറിയാൽ അതുതന്നെ ആലോചിച്ചു നടക്കുക. ഊണും ഉറക്കവുമില്ല. വീട്ടിലിരുന്നു ചിന്തിച്ചു മടുക്കുമ്പോൾ പുറത്തിറങ്ങി നടക്കും. ചരാചരങ്ങളോടെല്ലാം സംശയം ചോദിക്കും. സന്ന്യാസിവര്യന്മാരുടെ ജീവിതത്തിൽ ഇങ്ങനെയൊരു കാലം ഉണ്ടാവുമെന്നു കേട്ടിട്ടുണ്ട്. മരങ്ങളുടെ തണലിലും പൊയ്കയുടെ കരയിലും ഇരുന്ന് ചിന്തിക്കും. അന്വേഷണമാണല്ലോ മനുഷ്യജീവിതം. കിളികൾ പറക്കുന്നു. പാമ്പ് ഇഴഞ്ഞു പോകുന്നു. മനുഷ്യൻ നടക്കുന്നു. ആരുടെ നിശ്ചയമാണ് ഇതെല്ലാം? മരത്തിന്റെ ഭാവിജീവിതമെല്ലാം വിത്തിൽ തന്നെ രേഖപ്പെടുത്തിയിട്ടുണ്ടോ?

സാഹിത്യത്തിലുള്ള താത്പര്യത്തിനു കാരണം വാര്യരുമാഷടെ ക്ലാസുകളാണെങ്കിൽ, സാഹിത്യകാരന്മാരോടു തോന്നിയ കൗതുകത്തിനു നിദാനം അജ്ഞാതനായ ഒരു സാഹിത്യകാരനാണ്. നിർഭാഗ്യവശാൽ അദ്ദേഹത്തിന്റെ പേര് മറന്നു പോയി. പേരിലെ വാധ്യാർ എന്ന ഭാഗം മാത്രമേ ഇപ്പോൾ ഓർമ്മയിലുള്ളൂ. പത്തറുപത് കൊല്ലം മുമ്പു നടന്ന കാര്യങ്ങളാണല്ലോ. മുതിർന്നശേഷം അദ്ദേഹത്തെപ്പറ്റി ഞാൻ ഒരുപാട് അന്വേഷിച്ചിരുന്നു. വാധ്യാർ എന്ന പേരിൽ എഴുതിയ ആരുടെയെങ്കിലും കൃതികളുണ്ടോ എന്ന് പുസ്തകശാലയിൽ പോയി ചോദിച്ചു. ഇരിങ്ങാലക്കുടക്കാരനായ വി. കൃഷ്ണവാധ്യാർ ഉണ്ട്. പക്ഷേ അദ്ദേഹമല്ല. തൃശ്ശൂരിലെ സാഹിത്യ അക്കാദമിയിൽ പോയി അന്വേഷിച്ചിട്ടും ഫലമുണ്ടായില്ല.

പേരു മറന്നു പോയെങ്കിലും അദ്ദേഹത്തെ കണ്ട ദിവസം, സംസാരിച്ച സംഗതികൾ, അവസാന ഘട്ടത്തിലെ ദയനീയമായ ആ കരച്ചിൽ ഇത്യാദികളൊന്നും ഞാൻ ജീവിതകാലം മറക്കില്ല. സാഹിത്യകാരന്മാരോടുള്ള താത്പര്യത്തെ മാത്രമല്ല, ഇതഃപര്യന്തമുള്ള എന്റെ ജീവിതത്തേയും മനോഭാവത്തേയും കർമ്മമാർഗ്ഗത്തേയും നിർണ്ണയിച്ചത് അദ്ദേഹമാണ്. ഇനിയും ആ സ്വാധീനം ശിഷ്ടകാലത്ത് തുടരുകയും ചെയ്യും.

അത് ഞാൻ ഒമ്പതാംക്ലാസിൽ പഠിക്കുന്ന കാലമാണ്. അന്നത്തെ ഒരു ഒമ്പതാംക്ലാസുകാരനെ ഇന്നത്തെ കുട്ടികളുമായി താരതമ്യം ചെയ്യരുത്. വീട്ടിലുള്ളവർ അത്രയൊന്നും ശ്രദ്ധിക്കാത്തതു കൊണ്ട് അന്ന് ഞങ്ങൾക്ക് നല്ല സ്വാതന്ത്ര്യമുണ്ടായിരുന്നു. ഒരുമാതിരി ലോകവിവരവും കാര്യപ്രാപ്തിയും. മലയാളം വാര്യരുമാഷടെ നേതൃത്വത്തിൽ നവപ്രഭ കലാസമിതിയുടെ രണ്ടാം വാർഷികം നെടുമ്പുര മൈതാനത്ത് നടക്കുകയാണ്. ഇന്ന് ആ മൈതാനം ഇല്ല. അത് എവിടെയായിരുന്നു എന്നു തിരിച്ചറിയാനാവാത്ത വിധം വീടുകൾ നിറഞ്ഞിരിക്കുന്നു. ആരുടെയെങ്കിലും വെളിമ്പറമ്പായിരുന്നിരിക്കണം മൈതാനമായി ഉപയോഗിക്കപ്പെട്ടിരുന്നത്. അവിടെ പടർന്നു പന്തലിച്ച ഒരു പുളിമാവ് നിന്നിരുന്നു. അതിനോട് ചേർത്ത് സ്റ്റേജ് കെട്ടിയിട്ടാണ് ആഘോഷം. ആബാലവൃദ്ധം ജനങ്ങൾ അവിടെ ഒത്തുകൂടി. പൊടിയത്തെ കുഞ്ഞാമിനുമ്മ കുറച്ച് എണ്ണപ്പലഹാരങ്ങളുമായി വന്ന് കാപ്പി കാച്ചാൻ തുടങ്ങി. സ്റ്റേജിൽനിന്ന് അരിച്ചുവീണ വെളിച്ചത്തിൽ കാണപ്പെട്ട ചില മുഖങ്ങൾ ഓർമ്മയിലുണ്ട്. കൊപ്രക്കാരൻ വറീത് മാപ്പിള, ബോംബെ ലാസർ, കേറ്റക്കാരൻ തെയ്യപ്പിള്ളി കുഞ്ഞുമോൻ, ഗാന്ധിത്തൊപ്പിവെച്ച ലോംഗ് മമ്മതും തൊപ്പി വയ്ക്കാത്ത ഷോർട്ട് മമ്മതും, ഗാനഭൂഷണം സീമന്തിനിടീച്ചർ. മെയ്ക്കാട്ടു പണിക്കു പോകുന്ന മിസ് കുമാരിയും പത്തിൽ പഠിക്കുന്ന അവരുടെ അനിയത്തിയും.

വാർഷിക യോഗത്തിൽ അധ്യക്ഷത വഹിക്കാനാണ് വാധ്യാർ എന്ന സാഹിത്യകാരൻ എത്തിയത്. പെട്രോൾമാക്സ് വെളിച്ചത്തിലേക്ക് കൈകൂപ്പിക്കൊണ്ട് നടന്നു വന്നത് നന്നായി ഓർക്കുന്നു. ആ സമയത്ത് മിസ് കുമാരിയും അനിയത്തിയും ചിരിച്ചു. നീണ്ടു മെലിഞ്ഞ ശരീരമാണ് വാധ്യാർക്ക്. കഴുത്തുവരെ മുടി വളർത്തിയിരുന്നു. മെലിഞ്ഞ മുഖത്ത് പക്ഷിക്കൊക്കു പോലെ മേലോട്ടു കൂർത്ത മൂക്ക്. ചെങ്കൽ നിറത്തിലുള്ള ഖദർജുബ്ബ മുട്ടിനു താഴെ ഏതാണ്ട് പാദംവരെ നീണ്ടു. പെൺകുട്ടികളുടെ പ്രാർത്ഥനാലാപനത്തിനു ശേഷം അധ്യക്ഷനുള്ള ഹാരാർപ്പണം. മിന്നുന്ന ഒരു ഗിൽറ്റു മാലയാണ് പഞ്ചായത്ത് പ്രസിഡണ്ട് കൃഷ്ണൻ മാഷ് അദ്ദേഹത്തെ അണിയിച്ചത്. അന്നു രണ്ടുവിധം മാലയാണ് നടപ്പിൽ. ഒന്നു താമരമാല. പിന്നെ ഗിൽറ്റുമാല. കമ്യൂണിസ്റ്റുകൾ ചുവന്ന ചൈനാപ്പേപ്പർ തെരുത്തടിച്ച മാലയാണ് അവരുടെ യോഗങ്ങൾക്ക് ഉപയോഗിച്ചിരുന്നത്. ഗിൽറ്റുമാലയ്ക്ക് ഒരു ഗുണമുണ്ട്. സൂക്ഷിച്ച് ഉപയോഗിച്ചാൽ

കേടുവരില്ല. വീടുകളിൽ മരിച്ചുപോയ കാരണവന്മാരുടെ ഫോട്ടോകളിൽ അത് ചാർത്തിയിടുക പതിവുണ്ട്.

മാല അണിഞ്ഞുനിന്നാണ് വാധ്യാർ പ്രസംഗിച്ചത്. പ്രസംഗം ഏതാണ്ട് മൂന്നു മണിക്കൂർ നീണ്ടു. സൂചിവീണാൽ കേൾക്കുന്നത്ര നിശ്ശബ്ദത. കുഞ്ഞാമിനുമ്മ മാത്രം ചായപ്പാത്രത്തിൽ ഇടയ്ക്കു കയിലു കൊണ്ട് മുട്ടിയിരുന്നു. തെയ്യപ്പിള്ളി കുഞ്ഞുമോൻ ആശ്ചര്യംകൊണ്ട് വായ തുറന്നു പിടിച്ചു. "സമ്മതിക്കണം" അദ്ദേഹം ആരോടെന്നില്ലാതെ പറഞ്ഞു. പിറ്റേദിവസം തെങ്ങു കേറാനായി ഞങ്ങളുടെ വീട്ടിൽ വന്ന പ്പോഴും അദ്ദേഹം വാധ്യാരുടെ പ്രസംഗത്തിൽ നിന്നു മുക്തനായിരുന്നില്ല. തളപ്പിട്ട് തെങ്ങിൽ പകുതി കയറി കുറച്ചു സമയം എന്തോ ആലോചിച്ച് നിന്ന് അദ്ദേഹം പറഞ്ഞു:

"ഓരോരുത്തർക്കും ഓരോ കർമ്മങ്ങള് നിശ്ചയിച്ചിട്ടുണ്ട്. നമ്മക്ക് തെങ്ങുമ്മെ കേറ്വാ, എറങ്ങ്വാ. പിന്നെ കഷ്ടപ്പാട്, പട്ടിണി."

കർമ്മഫലങ്ങളെക്കുറിച്ചാണ് മൂന്നു മണിക്കൂർ സമയവും വാധ്യാർ പ്രസംഗിച്ചത്. "പരധർമ്മത്തേക്കാൾ ഗുണം കുറഞ്ഞതാണെങ്കിലും ഒരാൾക്ക് ശ്രേഷ്ടം സ്വധർമ്മമാണ്. സ്വധർമ്മത്തിൽ മാത്രം വ്യാപരിക്കു ന്നവന് മരണംപോലും ശ്രേഷ്ഠമാകുന്നു. എന്നാൽ അപരധർമ്മാനു ഷ്ടാനം നരകപ്രാപ്തിക്ക് കാരണമാണ്. തൃപ്പൂണിത്തുറ കോവിലകത്തെ തമ്പുരാക്കളുടെ സുഹൃത്തായ ഒരു വാര്യർ ദൂരദേശങ്ങൾ താണ്ടി ഈ കുഗ്രാമത്തിൽ വന്ന് അജ്ഞാനികളെ ജ്ഞാനത്തിന്റെ വെളിച്ചത്തിലേക്ക് ആവാഹിക്കാൻ എന്താകുന്നു കാരണം? കാര്യമുണ്ടെങ്കിൽ കാരണവു മുണ്ട്."("മ്മടെ വാര്യരു മാഷെ പറ്റ്യാണ്." ബോംബെ ലാസർ പറഞ്ഞു.) "സ്വധർമ്മം എന്ന നിയോഗമാണ് അദ്ദേഹത്തെ ഇവിടെ എത്തിച്ചത്. ഒരാൾ സ്വധർമ്മം അനുഷ്ഠിക്കാതെ വരുകിൽ, ആചാര്യനാകേണ്ടവൻ അടുക്കള ക്കാരനാവുകയാണെങ്കിൽ കർമ്മഫലം അടുത്ത ജന്മത്തിൽ അവനെ കാത്തിരിക്കുന്നു. വഴിവക്കിൽ നാം ഒരു തൂപ്പുകാരനെ കാണുന്നു. ഇരിങ്ങാലക്കുട പട്ടണത്തിൽ തോട്ടിവേല ചെയ്യുന്നവൻ എന്നിരിക്കട്ടെ. അവൻ അന്യന്റെ അമേധ്യം ചുമക്കുന്നു. കഷ്ടാൽ കഷ്ടം. അവന്റെ വസ്ത്രം പരിതാപകരമാണ്. അവന്റെ ഭക്ഷണം ദയനീയമാണ്. അവന്റെ ഗേഹം ശോചനീയമാണ്. അവന്റെ പുത്രകളത്രാദികളുടെ നിത്യവൃത്തി തുലോം അവർണ്ണനീയമാണ്. പക്ഷേ അവൻ സ്വധർമ്മം അനുഷ്ഠി ക്കുന്നു. സ്വധർമ്മം അനുഷ്ഠിക്കുന്നവനിൽ ഈശ്വരൻ കുടികൊള്ളുന്നു. ക്ഷേത്രങ്ങളിലല്ല ഈശ്വരൻ ഉള്ളതെന്നു ഞാൻ നിങ്ങളോട് പറയട്ടെ. ആഴ്വാഞ്ചേരി തമ്പ്രാക്കളിലും അയ്യൻ പുലയനിലും ആ ചൈതന്യ ത്തിന്റെ അന്തർസ്ഫുരണമുണ്ട്. കെടാവിളക്കുപോലെ അത് ജ്വലി ക്കുന്നു."

പ്രസംഗം തീർന്നപ്പോൾ ലോംഗ് മമ്മത് എഴുന്നേറ്റു നിന്ന് "ഭാരത് മാതാ കീ ജെയ്" വിളിച്ചു. ഷോർട്ട് മമ്മത് കൂവി. രണ്ടും ആവേശം കൊണ്ടുണ്ടായ പ്രതികരണമായിരുന്നു.

ഞാൻ മനസ്സുകൊണ്ട് നമസ്കരിച്ചു. വാര്യരുമാഷടെ ക്ലാസിൽവെച്ചു പിടികൂടിയ സന്ദേഹങ്ങൾ പലതിനും ഉത്തരം കിട്ടിയ പോലെ ഒരു തോന്നൽ. യോഗം കഴിഞ്ഞ് കലാപരിപാടികളുടെ അനൗൺസ്മെന്റി നിടയ്ക്ക് കർട്ടൺ നിരങ്ങി നിരങ്ങി വന്നു. വാര്യരുമാഷടെ കൂടെ വാധ്യാർ പുറത്തിറങ്ങി. അടുത്തുകൂടെ നടന്നപ്പോൾ ഞാൻ ശ്രദ്ധിച്ചു. വാധ്യാരുടെ ചുണ്ടുകൾക്കു നല്ല ചുവപ്പാണ്. മുറുക്കുന്നതുകൊണ്ടോ എന്തോ. അവർ കുഞ്ഞാമിനുമ്മയുടെ കൈയിൽനിന്നും ചുക്കുകാപ്പി വാങ്ങി കുടിച്ചു. ഓരോ പപ്പടവടയും. പിന്നെ മൈതാനത്തുകൂടെ നടന്നു. ഞാൻ പതുക്കെ പിന്നിൽ കൂടി. ഇടവഴിയുടെ അടുത്തുവെച്ച് മാഷ് വാധ്യാർക്ക് ഒരു ഇളം മഞ്ഞ കവർ നീട്ടി. വാധ്യാർ തടഞ്ഞു.

"എന്താ വാര്യരെ ഇത്? താങ്കളുടെ ജോലിസ്ഥലത്ത് വന്നിട്ട് ഞാൻ അതിനു പ്രതിഫലം വാങ്ങുകയോ? അത്രമാത്രം പരിതാപത്തിലാണോ ഞാൻ?"

പിന്നെ വാര്യരുമാഷ് കവർ നിർബന്ധപൂർവ്വം വാധ്യാരുടെ ജുബ്ബ യുടെ പോക്കറ്റിൽ വയ്ക്കുകയാണുണ്ടായത്. അവർ വേർപിരിഞ്ഞു. വാധ്യാർ ഇടവഴിയിലൂടെ നടന്നു. ഇരുവശത്തും മരങ്ങൾ ഇടതിങ്ങി നിന്നതുകൊണ്ട് അവിടെ കൂരിരുട്ടാണ്. ഞാൻ നിശ്ശബ്ദം പിന്തുടർന്നു. ഒരു വിറയൽ എന്റെ ശരീരത്തെ ബാധിച്ചിരുന്നു. പനിക്കുന്നതുപോലെ ഒരു തോന്നൽ. എങ്കിലും നടന്നു. അപ്പോൾ നെടുമ്പുര മൈതാനത്തെ സ്റ്റേജിൽ നിന്നും രംഗപൂജയ്ക്കുള്ള പാട്ടുകേട്ടു. വാര്യരു മാഷടെ മകൾ ജയന്തിയുടെ രംഗപൂജ. അതിന്റെ റിഹേഴ്സൽ മഹിളാ സമാജത്തിൽ വെച്ചു നടന്നപ്പോൾ ഞാൻ പലതവണ കണ്ടിരുന്നു. നൃത്തം ചെയ്യുമ്പോൾ ജയന്തി ചിരിക്കും. അപ്പോൾ അവളുടെ കണ്ണുകളും ചിരിക്കും. രംഗപൂജ കാണണമെന്ന് ഞാൻ ആഗ്രഹിച്ചതാണ്.

മരങ്ങൾക്കിടയിലെ തെല്ലു നിലാവിൽ എത്തിയപ്പോൾ വാധ്യാർ പോക്കറ്റിൽ കൈയിട്ട് കവർ പുറത്തെടുത്തു. അതിൽ അഞ്ചുരൂപയാണു ണ്ടായിരുന്നത്. അദ്ദേഹം അതു മറിച്ചും തിരിച്ചും നോക്കി. പിന്നെ രൂപ വലത്തേ പോക്കറ്റിലും മടക്കിയ കവർ ഇടത്തേ പോക്കറ്റിലുമായി നിക്ഷേ പിച്ച് വീണ്ടും നടന്നു. ഹാരമായി ലഭിച്ച ഗിൽറ്റുമാല അപ്പോഴും കഴുത്തി ലുണ്ടായിരുന്നു. നടന്നു നടന്ന് കാറളത്തേക്കുള്ള നിരത്തിലെത്തി. അവിടെ ഒരു വിളക്കുകാലുണ്ട്. മണ്ണെണ്ണയൊഴിച്ച് കത്തിക്കുന്നതാണത്. അത് കെട്ടിരുന്നു. പക്ഷേ നല്ല നിലാവെളിച്ചമുണ്ട്. വാധ്യാർ കീശയിൽ നിന്നും കവർ പിന്നെയും പുറത്തെടുത്തു. അതു തുറന്ന് അകവശ ത്തേക്കു കൈയിട്ട് സൂക്ഷ്മമായി പരിശോധിച്ചു. ബാക്കി ഒന്നുമില്ല. അദ്ദേഹം അതു ചുരുട്ടിയെറിഞ്ഞു. വലതുകീശയിൽനിന്നു നോട്ടെടുത്ത് ഇടതുകീശയിൽ വെച്ചു.

തെരുവിൽ ആളനക്കം ഉണ്ടായിരുന്നില്ല. കാട്ടൂർക്കടവിലെത്തിയ പ്പോൾ അവിടത്തെ ഇലക്ട്രിക് ലൈറ്റ് പ്രകാശം പൊഴിച്ചു നിൽക്കുന്നതു കണ്ടു. ഒരിനം ശലഭങ്ങൾ പറന്നിരുന്നു. കടകളെല്ലാം അടച്ചു കഴിഞ്ഞു.

അപ്പോൾ സമയം പതിനൊന്നു മണി കഴിഞ്ഞിരിക്കും. പുഴയിൽ നിന്നും ജലജീവികളുടെ ഒച്ചയുണ്ട്. കടവിനടുത്തെ മരപ്പലകകൾ അടച്ചുണ്ടാക്കിയ കടയിലേക്ക് വാധ്യാർ കയറി. അതു ചാരായപ്പീടികയാണ്. കറുപ്പിൽ വെളുപ്പുകൊണ്ടെഴുതിയ ബോർഡും ഉടമ ഭരതനേയും ഞാൻ പലവട്ടം കണ്ടിട്ടുണ്ട്. കടയിൽ നിൽക്കുമ്പോൾ ഭരതൻ ഷർട്ട് ധരിക്കുകയില്ല. കുടവയറിന്മേലേക്ക് ഒരു സ്വർണ്ണമാല നീണ്ടുകിടക്കുന്നതു കാണും.

വാധ്യാർ മരപ്പലകയിൽ തട്ടി വിളിച്ചു: "ഭരതാ, ഭരതാ, വാതിൽ തൊറക്ക്."

ഞാൻ ഇരുട്ടിലേക്ക് മറഞ്ഞുനിന്നു. കുറേ സമയത്തിനുശേഷം ഭരതൻ വാതിൽ തുറന്നു. അപ്പോൾ അദ്ദേഹം ഷർട്ടു ധരിച്ചിരുന്നു. ഉറക്കം മുറിഞ്ഞുണ്ടായ അസ്വസ്ഥതയിൽ അവൻ കുറച്ചൊരു സമയം വാധ്യാരെ നോക്കിനിന്നു. പിന്നെ പറഞ്ഞു:

"ആര് മ്മടെ വാധ്യാരുമാഷോ? എവടന്നാണ് ഇയ്യ നട്ടപ്പാതിരയ്ക്ക്?"

വാധ്യാർ അകത്തു കടന്നു. കുറച്ചു സമയത്തിനുശേഷം ഭരതന്റെ സംസാരം പുറത്തു കേട്ടു:

"താറമൊട്ട പുഴുങ്ങുണ കേസ് ഇപ്പോ ഇടുക്കില്ല മാഷെ. കാക്കുപ്പി അരക്കുസീല് പൊട്ടിച്ച് ഞാൻ ഒഴിച്ചു തരും. അതിനൊള്ള ദശമുലാരിഷ്ടോം. അതു കുടിച്ചട്ട് മിണ്ടാണ്ട് പുവ്വാ. കുപ്പിക്കൊള്ള കാശ് മുമ്പെന്നെ തരണന്ന് പറഞ്ഞാല് മാഷ് പെണങ്ങ്വോ? പെണങ്ങരുത്. പിന്നെ പറ്റായിട്ട് പദ്യം പാടണന്ന് പറഞ്ഞാല് ശര്യാവില്ല്യട്ടാ. നട്ടപ്പാതിര്യാണ്. മനുഷമ്മാര് ഒറങ്ങണ സമയം. ങ്ങാ, അടുപ്പില് കനലുണ്ടോന്നു നോക്കട്ടെ. കെഴക്കൻ മെളക് രണ്ടെണ്ണം ചുടാം. ഉഷാറുണ്ടാവും."

പിന്നെ കുറെ സമയം ശബ്ദമൊന്നും കേട്ടില്ല. മുളകു ചുടുന്ന മണം വന്നു. ചുമ വന്നെങ്കിലും ഞാൻ അതടക്കി. തെല്ലു കഴിഞ്ഞ് വാധ്യാർ പുറത്തിറങ്ങി. മുണ്ട് നെഞ്ചിൽ ജുബ്ബയ്ക്കുമേലെവെച്ചാണ് ഇപ്പോൾ ഉടുത്തിരിക്കുന്നത്. അതിനു മേലെ മാല. അന്നേരം ഞാൻ കണ്ട കാഴ്ച വിസ്മയകരമായിരുന്നു. വാതിൽപ്പടിയിൽ നിൽക്കുന്ന ഭരതന്റെ കാൽതൊട്ട് വാധ്യാർ വന്ദിച്ചു. ഭരതന്റെ കണ്ണു നിറഞ്ഞു. വാധ്യാരുടെ തലയിൽ കൈവെച്ച് അവൻ പറഞ്ഞു:

"ഇന്ന്യത്തെ പ്രാവശ്യം വരുമ്പൊ ആ ഗഡുവ് പദ്യം പാടണംട്ടാ മാഷെ. പോർകൊങ്കേരെ കേസൊള്ളത്."

അണിഞ്ഞിരിക്കുന്ന ഗിൽറ്റ് മാലയിൽ തൊട്ടുകാണിച്ച് വാധ്യാർ ചോദിച്ചു: "ഭരതന് ഈ മാല വേണോ? രണ്ടുറുപ്പിക തന്നാ മതി."

"ഇനിക്കെന്തൂട്ടിനാ വാധ്യാരുമാഷെ മാല? ഇന്റെ കല്യാണം കഴിഞ്ഞില്ലേ?"

വാധ്യാർ നടന്നു. തെല്ലുകഴിഞ്ഞപ്പോൾ കീശയിൽ നിന്ന് നോട്ടെടുത്ത് പരിശോധിച്ചു. അതിപ്പോൾ രണ്ടു രൂപയായി കുറഞ്ഞിരിക്കുന്നു.

അദ്ദേഹം നിരത്തുവിട്ട് ചെറിയ വെട്ടുവഴിയിലേക്കു തിരിഞ്ഞു. അത് കണ്ണാറ്റുപാടത്തേക്കുള്ള വഴിയാണ്. കണ്ണാറ്റുപാടം കഴിഞ്ഞാൽ മുരിയാട്, പൊങ്കോത്ര ദേശങ്ങൾ. പിന്നെ നന്തിക്കര റെയിലായി. നെല്ലായി വണ്ടിയാപ്പീസിലേക്ക് ആ വഴി കുറച്ച് എളുപ്പമുണ്ട്. പാടം നല്ല നിലാവിൽ കുളിച്ചിരുന്നു. മീനമാസമായതുകൊണ്ട് കൃഷിപ്പണിയില്ല. എങ്കിലും കട്ടയുടച്ച് എള്ള് പാകിയിട്ടുണ്ട്. വെളുവെളുത്ത മണ്ണാണ്. ഇടയിൽ ഇളംപച്ച നിറത്തിൽ എള്ളു വളർന്നു നിൽക്കുന്നത് കൗതുകമുണ്ടാക്കി. ചില ചെടികൾ പൂവിട്ടിരുന്നു. രാത്രീഞ്ചരന്മാരായ കൊക്കുകൾ നിലാവിൽ വെളിപ്പെട്ടു. തോട്ടുവരമ്പത്തുകൂടെ വളരെ സാവധാനമാണ് വാധ്യാർ നടന്നത്. പത്തടി പിറകിലായി ഞാനും.

പകൽ പോലത്തെ ഈ നിലാവിൽ വാധ്യാർ എന്നെ കാണുമോ എന്ന് ശങ്ക തോന്നി. കണ്ടാൽ എന്തു സമാധാനം പറയും എന്ന് കുഴഞ്ഞാലോചിച്ചു. പക്ഷേ അത്ര ദൂരം പിന്നിൽ നടന്നിട്ടും അദ്ദേഹം എന്നെ കാണുകയുണ്ടായില്ല. ഇതിനിടെ പലവട്ടം തിരിഞ്ഞു നോക്കിയിരുന്നു. പക്ഷേ കണ്ടതായി ഭാവിച്ചില്ല. ഞാൻ ആശ്ചര്യപ്പെട്ടു. ആലോചിച്ചപ്പോൾ തെല്ലൊന്നു പകച്ചു. ഞാൻ അഗോചരനായോ എന്നു സംശയം തോന്നി. അതിനിടെ നടുപ്പാടത്തെത്തിയപ്പോൾ വാധ്യാർ നിന്നു. രണ്ടു കൈകളും ഉയർത്തി അദ്ദേഹം വിളിച്ചു പറഞ്ഞു:

"നിശ്ചലമായി താഴേക്കു നോക്കുന്ന താരകങ്ങൾ. രജസ്വലയുടെ ഒറ്റവസ്ത്രം പോലെ നിലാവ് ഊർന്നു കിടക്കുന്നു. പുഷ്പകവാടികളെ തലോടിയെത്തുന്ന മന്ദാനിലൻ വീശുന്നു. എന്റെ ആത്മാവാകുന്ന താമരപൊയ്കയിൽ ആമ്പൽപുഷ്പങ്ങൾ വിരിയുന്നു. അരയന്നങ്ങൾ നീന്തി നടക്കുന്നു. അല്ലയോ പ്രകൃതീശ്വരി. താലത്തിൽ വെച്ചു നീട്ടിയിരിക്കുന്ന ഈ സൗന്ദര്യപ്രപഞ്ചം കയ്യേൽക്കാൻ ഈ കാവ്യഭിക്ഷാംദേഹി അർഹനാണോ?"

കണ്ണാറ്റുപാടത്തിന്റെ തെക്ക് പട്ടരുടെ കുന്നാണ്. അവിടെ നാനാജാതി പടുവൃക്ഷങ്ങളാണുള്ളത്. കുറച്ചു നാട്ടുമാവുകളും. കൃഷിപ്പണിക്കാലത്ത് തോലിന് ഉപകരിക്കും. ഒരു നായാടിക്കോളനിയും ഒറ്റപ്പെട്ട കുറച്ചു വീടുകളുമുണ്ട്. തോട്ടുവരമ്പത്തു നിന്ന് വഴിതിരിഞ്ഞ് അതിൽ ഒരു വീടു ലക്ഷ്യംവെച്ചാണ് വാധ്യാർ നടക്കുന്നത്. ഞാൻ വളരെയേറെ ആശ്ചര്യപ്പെട്ടു. അത് പതിശ്ശേരി ഭാരതിയമ്മ എന്ന ഒരു അപഥസഞ്ചാരിണിയുടെ വീടാണ്. പരിസരത്തൊന്നും ഒരനക്കവുമില്ല. നിദ്രാദേവിയുടെ നേർത്ത താലോലം മാത്രം. പക്ഷികൾ പോലും ശബ്ദിക്കുന്നില്ല.

ഓലമേഞ്ഞ് ഇരുനിലയിലുള്ള വീടാണ് ഭാരതിയമ്മയുടേത്. പഴക്കം കൊണ്ട് പലയിടത്തും ചുമരിന്റെ തേപ്പടർന്നിട്ടുണ്ട്. വെളുത്ത മണൽ നിറഞ്ഞ മുറ്റം വെടിപ്പായിക്കിടക്കുന്നു. അരികുകളിൽ കാശിത്തുമ്പച്ചെടികൾ തഴച്ചു നിൽക്കുന്നുണ്ട്. കല്ലടർന്ന ഒരു തുളസിത്തറ കണ്ടു. വീടിനോട് ചേർന്ന് ഒരു ഏഴിലംപാല മരവും. വാധ്യാർ ഒരു നിമിഷം

കൈകൂപ്പി നിന്നശേഷം വാതിൽക്കൽ മൂന്നു തവണ മുട്ടി. മറുപടിയൊന്നുമുണ്ടായില്ല. വീണ്ടും അതേതാളത്തിൽ മൂന്നു മുട്ട്. തെല്ലുകഴിഞ്ഞ് വാതിൽ തുറക്കപ്പെട്ടു. ചിമ്മിണി വിളക്ക് മുഖത്തോട് ചേർത്തുപിടിച്ച് മധ്യവയസ്കയായ ഒരു സ്ത്രീ നിൽക്കുന്നു. "ഏതു കഴുവേറിയാണ് ഈ നേരംകെട്ട നേരത്ത്?" അവർ ചോദിച്ചു. അവരാവും ഭാരതിയമ്മ എന്ന് ഞാൻ ഊഹിച്ചു. പിന്നെ ചോദ്യമോ ഉത്തരമോ ഉണ്ടായില്ല. വാധ്യാർ അകത്തു കടന്നു. വാതിലടഞ്ഞു.

ഞാൻ ഏഴിലംപാലയുടെ ചുവട്ടിൽ കുന്തുകാലിൽ ഇരുന്നു. ആ കാലത്ത് ഞങ്ങൾ കുട്ടികൾ ഈ ഭൂലോകത്തു നടക്കുന്ന വിശേഷപ്പെട്ട കാര്യങ്ങൾ ക്ലാസിൽ ചർച്ച ചെയ്യാറുണ്ട്. ഉച്ചപ്പട്ടിണിക്കാരുണ്ട് ഒരുവക. അവരാണ് വർത്തമാനങ്ങളുടെ ആശാന്മാർ. ഞങ്ങൾ ചിലർ വെറും കേൾവിക്കാരാണ്. കണ്ണാറ്റുപാടത്തിന്റെ കരയിൽ നിന്നു വരുന്നവർ പതിശ്ശേരി ഭാരതിയമ്മയെക്കുറിച്ചു പറയും. ഒരു യക്ഷിയുടെ മകളാണത്രെ അവർ. ഏഴിലംപാല പൂക്കുന്ന കാലത്ത് അവർക്ക് ഭ്രാന്തു വരിക പതിവുണ്ട്. ആ സമയത്ത് അവരുടെ പറമ്പിൽ കടക്കുക അപായകരമാണ്. മറ്റു കാലങ്ങളിൽ അവിടെ കടന്ന് യഥേഷ്ടം മാങ്ങയോ, പുളിയോ, അരിനെല്ലിയോ പറിക്കുന്നതിൽ വിരോധമില്ല. അത്യാവശ്യത്തിന് മാവിൽ എറിയുകയും ആവാമെന്നുണ്ട്. അവരെ സന്ദർശിക്കാൻ വരുന്ന പരദേശികൾ സമീപത്തെ കുട്ടികൾക്ക് നിധി പോലെ ദ്രവ്യങ്ങൾ സമ്മാനിച്ചതിന്റെ കഥകളുണ്ട്.

പെട്ടെന്ന് വാതിൽ തുറക്കുന്ന ശബ്ദം കേട്ട് ഞാൻ എഴുന്നേറ്റു. വാധ്യാർ മുറ്റത്തേക്ക് മുഖമടച്ചു വീണു. ഞാൻ നോക്കുമ്പോഴേക്കും ഭാരതിയമ്മ വാതിൽ ശക്തിയിൽ അടച്ചു കഴിഞ്ഞിരുന്നു. അകത്തുനിന്ന് ഉച്ചത്തിലുള്ള പിറുപിറുപ്പു കേട്ടു: "രണ്ടുറുപ്പീം കൊണ്ടു വന്നേടുക്കണു ഒരു കഴുത."

മുറ്റത്തെ മണ്ണിൽനിന്ന് വാധ്യാർക്ക് പെട്ടെന്ന് എഴുന്നേൽക്കാൻ കഴിഞ്ഞില്ല. കുറച്ചു സമയം അവിടെ കിടന്നു. അദ്ദേഹത്തിന്റെ മുണ്ടു നഷ്ടപ്പെട്ടിരുന്നു. ജുബ്ബയ്ക്ക് ഇറക്കമുള്ളതുകൊണ്ട് മാനക്കേടുണ്ടായില്ല. തലയുയർത്തിയപ്പോൾ മുഖംനിറയെ മണ്ണു പുരണ്ടു കണ്ടു. വായ്ക്കകത്തുള്ള മണ്ണ് അദ്ദേഹം തുപ്പി. ആ സമയം ഭാരതിയമ്മ വീണ്ടും വാതിൽ തുറന്നു. അദ്ദേഹത്തിന്റെ മുണ്ട് അവർ മുറ്റത്തേക്ക് വലിച്ചെറിഞ്ഞു. വീണ്ടും വാതിലടക്കുന്നതിനിടയിൽ മിന്നായം പോലെ ഞാൻ കണ്ടു. ആ സ്ത്രീ അപ്പോൾ വസ്ത്രമൊന്നും ഉടുത്തിരുന്നില്ല. വലിയ കണ്ണുകളുള്ള മുലകൾ ഉന്തിയ വയറിലേക്ക് താഴ്ന്നു കിടക്കുന്നു. കാലുകൾ വളരെ ശോഷിച്ചതാണ്.

ഞാൻ ശങ്കയോടെ അടുത്തുചെന്ന് അദ്ദേഹത്തെ താങ്ങി. പിന്നെ ഒരുവിധം മുണ്ടുടുപ്പിച്ചു. കഴുത്തിലണിഞ്ഞിരുന്ന ഗിൽറ്റുമാല ചുളുങ്ങിയോ എന്നാണ് അദ്ദേഹം ആദ്യം പരിശോധിച്ചത്. ശേഷം എന്നെ

നോക്കി. ശരിക്കും ദൃഷ്ടിയിൽ പെട്ടപ്പോൾ പകച്ചുനോക്കി. മണ്ണുപുരണ്ട ചുവന്ന ചുണ്ടുകൊണ്ടു ചോദിച്ചു: "നീയാരാണ്?"

എന്തു പറയണമെന്നറിയാതെ ഞാൻ ശങ്കിച്ചു. പിന്നെ പറഞ്ഞു: "വാര്യരുമാഷടെ സ്റ്റുഡന്റാണ്."

"പൂണിത്തുറ രാമാനന്ദവാര്യര് നിന്നെ എന്റെ പിറകെ അയച്ച താണോ?"

"ഏയ് അല്ല." ഞാൻ തിടുക്കത്തിൽ പറഞ്ഞു: "നെടുമ്പുരയ്ക്കലെ അങ്ങയുടെ പ്രസംഗം കേട്ടിട്ട് എനിക്കൊരു വെളിച്ചം കിട്ടി."

അദ്ദേഹം എന്നെ രൂക്ഷമായി നോക്കി:

"ആരടെ പതിനാറടിയന്തിരത്തിന്റെ വെളിച്ചമാണ്?"

അദ്ദേഹം പിന്നെ നിശ്ശബ്ദനായി. എന്റെ തോളിൽ പിടിച്ച് എഴു ന്നേറ്റു.

"മൂന്നാമത്തെ പുരുഷാർത്ഥം എന്നും കവിയുടെ ധർമ്മസങ്കടമാണ്."

വാധ്യാർ ആരോടെന്നില്ലാതെ പറഞ്ഞു. അദ്ദേഹം നടന്നു. പാടത്ത് തിരിച്ചെത്തി തോട്ടുവരമ്പത്ത് ഞങ്ങൾ ഇരുന്നു. കുറെ സമയം രണ്ടു പേരും ഒന്നും മിണ്ടിയില്ല. നിലാവെളിച്ചം തെല്ലുമങ്ങി. പിന്നെ എപ്പോഴോ അദ്ദേഹം എന്നോട് വീട്ടുവിശേഷങ്ങൾ ചോദിച്ചു. പഠിക്കുന്ന ക്ലാസിനെ പ്പറ്റി അന്വേഷിച്ചു. അദ്ദേഹം പറഞ്ഞു:

"ഈ പ്രസംഗത്തിലൊന്നും ഒരു സംഗതിയുമില്ല സുഹൃത്തേ. എന്തോ പറയുന്നു. വേറെന്തോ കേൾക്കുന്നു. ഇളയ കൊച്ചിന് സുഖല്യാണ്ട് കണ്ടാണ് ഞാൻ കാലത്ത് വീട്ടിൽ നിന്നെറങ്ങിയത്. ഇന്നലെ വാഴ ക്കോട്ടെ കുഞ്ഞാലൻ ഡോക്ടറെ കാണിച്ചിരുന്നു. പനി വഴിമാറീന്നു പറഞ്ഞു അദ്ദേഹം. ഞാൻ ചാക്യാരുടെ മരുന്നു ഷാപ്പില് ചീട്ടു കാണിച്ചു. ഏഴുറുപ്പിക വേണം. എവിടെന്നു കിട്ടാനാണ് ഏഴുറുപ്പിക? ഇവിടെ വന്നപ്പോ താങ്കളുടെ വാര്യർ മാസ്റ്റർ എനിക്ക് അഞ്ചുറുപ്പിക തന്നു. ഞങ്ങൾ ഒന്നിച്ച് പാവറട്ടീൽ പോയി പഠിപ്പിച്ചിട്ടുണ്ട് കൊറച്ചു കാലം. ഈ ഗിൽറ്റുമാല കോരല്ലൂരെ ഭാസ്കരന്റെ ഷോപ്പിൽ കൊടുത്താൽ പകുതി വെല തരും. രണ്ടുറുപ്പ്യേലും കൊറയില്ല. അപ്പൊ അഞ്ചും രണ്ടും ഏഴ്. ഇപ്പൊ എന്റെ കയ്യില് ഒന്നൂല്യ. നെല്ലായി എത്ത്യാല് കള്ളവണ്ടി കേറാം. പക്ഷേ കാലത്തു ചെല്ലുമ്പൊ കുട്ടീടടുത്തിക്ക് എങ്ങനെ പൂവ്വും? ധർമ്മപത്നീടെ മുഖത്ത് എങ്ങനെ നോക്കും?"

"രണ്ടുറുപ്പിക ബാക്കീണ്ട്."

ഞാൻ ഓർമ്മിപ്പിച്ചു.

"ഇല്ല. അത് ആ ഗണികസ്ത്രീ അപഹരിച്ചു. അത് വാങ്ങിച്ചെടു ത്തിട്ടാണ് അവർ എന്നെ ആട്ടിയെറക്ക്യേത്. അവർ വസ്ത്രം അഴിച്ച തല്ലേ, അതിനുള്ള പ്രതിഫലം ആയിരിക്കും."

അദ്ദേഹം തുടർന്നു: "കർമ്മഫലം കിട്ടാനുള്ളപ്പോൾ മനുഷ്യന് മറ്റു ഫലങ്ങൾ ആവശ്യമില്ലാത്തതാണ്. നിനക്കെങ്ങനെ? ഭാഷയിൽ വ്യൽപ്പത്തി ഉണ്ടോ?"

ഞാൻ തലയാട്ടി.

"നീ എപ്പോഴെങ്കിലും ഒരു തരുണിയുടെ അനാച്ഛാദിത ശരീരം കൺ നിറയെ കണ്ടിട്ടുണ്ടോ?"

എനിക്കു പരിഭ്രമം തോന്നി. മറുപടി പറയാനാവാത്ത മട്ടിൽ തൊണ്ട വരണ്ടു. പതിശ്ശേരി ഭാരതിയമ്മയുടെ ചുളുങ്ങിയ നഗ്നശരീരം മുന്നിൽ വന്നു ശിഥിലമാകുന്നതു പോലെ എനിക്കു തോന്നി. രൂപമില്ലാത്ത ശില്പം പോലെ അത് ഒഴുകിപ്പരക്കുന്നു. അക്കാലത്ത് മുഖമില്ലാത്ത തടിച്ച സ്ത്രീകളെക്കുറിച്ച് ഞാൻ ആലോചിക്കാറുണ്ടായിരുന്നു. അവർ നടക്കുകയാണ്. ചിലർ വസ്ത്രം ധരിച്ചിരുന്നില്ല. പ്രക്ഷുബ്ധമായ കടൽ പോലെ ശരീരങ്ങൾ അക്രമാസക്തമായി ഉലയുന്നു. ഞാൻ തൊട്ടു നോക്കാൻ ശ്രമിക്കും. ഭീകരമായ മാർദ്ദവമാണവയ്ക്ക്.

ഞാൻ മിണ്ടിയില്ല.

"പാപപങ്കിലമാണ് സ്ത്രീശരീരം." വാധ്യാർ തുടർന്നു. "മാദകമെന്നു തോന്നിപ്പിക്കും. പക്ഷേ അവാസ്തവമായ മാദകത്വം നീചജന്മമാണ്. ശൂദ്രനും സ്ത്രീയും നീചജന്മമാണ്. പാപയോനയാഃ എന്നാണ് പ്രയോഗം. ഈഴവരുടെ ഗുരു നാണുസ്വാമി പോലും വിലപിച്ചില്ലേ? മിഴിമുന കൊണ്ടുമയക്കി, നാഭിയാകും കുഴിയിലിട്ടുരുട്ടി വലക്കല്ലേ എന്ന്."

അദ്ദേഹം വീണ്ടും മൗനിയായി. പിന്നെ പെട്ടെന്നു പൊട്ടിക്കരഞ്ഞു:

"ഇന്ന് ഏഴുറുപ്പ്യ കിട്ടിയ ആളാണ് ഞാൻ. ഒരച്ഛൻ. കുഞ്ഞിന്റെ മരുന്നിന് വേണ്ടത് കേവലം ഏഴുറുപ്പ്യ. കിട്ടിയത് ഏഴുറുപ്പ്യ. നാളെ ഞാൻ ചെല്ലുമ്പോൾ എന്റെ കുട്ടി ജീവിച്ചിരിപ്പുണ്ടാകുമോ?"

എന്റെ കൈവശം അപ്പോൾ അഞ്ചുരൂപ ഉണ്ടായിരുന്നു. പറമ്പിൽ വീണുകിടന്നിരുന്ന പഴുക്കടക്കകൾ ചൂരലാമയെക്കൊണ്ട് പെറുക്കിച്ചു വിറ്റു കിട്ടിയ പണമാണ്. കൊമരച്ചിറ ഭരണിക്കു വേണ്ടി നീക്കി വെച്ചത്. ഞാനത് വാധ്യാരുടെ കൈയിൽ വെച്ചു. കുറെ സമയം അദ്ദേഹം എന്നെ പകച്ചുനോക്കി. പിന്നെ അത് ജുബ്ബയുടെ കീശയിൽവെച്ച് തോട്ടുവരമ്പിലൂടെ അതിവേഗം നടന്നു. അണിഞ്ഞിരുന്ന ഗിൽറ്റുമാല ചാഞ്ചാടി. നിലാവ് മങ്ങിയിരുന്നെങ്കിലും മാല തിളങ്ങിയിരുന്നു.

■

www.ingramcontent.com/pod-product-compliance
Lightning Source LLC
LaVergne TN
LVHW041540070526
838199LV00046B/1760
* 9 7 8 9 3 8 6 4 4 0 9 4 5 *